D1770956

பாரதியும் உ.வே.சா.வும்

பாரதியும் உ.வே.சா.வும்

ய. மணிகண்டன் (பி. 1965)

தமிழ் யாப்பியல், சுவடிப்பதிப்பியல், பாரதியியல், பாரதிதாசனியல் ஆகிய களங்களில் குறிப்பிடத்தக்க பங்களிப்புகளை நிகழ்த்தியுள்ள முனைவர் ய. மணிகண்டன் தஞ்சை சரசுவதி மகால் நூலகத் தமிழ்த் துறையில் பத்தாண்டுகளுக்கும்மேல் பணியாற்றியவர்; சென்னைப் பல்கலைக்கழகத் தமிழ்மொழித் துறையின் பேராசிரியர் – தலைவராகப் பணியாற்றி வருபவர்.

ஆசிரியரின் பிற நூல்கள்

எழுதியவை

பாரதியின் இறுதிக்காலம்: கோவில் யானை சொல்லும் கதை
பாரதியியல்: கவனம்பெறாத உண்மைகள்
மணிக்கொடி மரபும் பாரதிதாசனும்
மகாகவி பாரதியும் சங்க இலக்கியமும்
பாரதிதாசன் யாப்பியல்
தமிழில் யாப்பிலக்கணம்: வரலாறும் வளர்ச்சியும்
ஒளிந்திருக்கும் சிற்பங்கள் (குறள்வெண்பாத் தொகுதி)

பதிப்பித்தவை

ஓவிய பாரதி
பாரதியும் குள்ளச்சாமியும்
பாரதியும் காந்தியும்
புதுவைப் புயலும் பாரதியும்
மணிக்கொடி: கவிதைகள்
தமிழில் பில்கணீயம்: மணிக்கொடி எழுத்தாளர்கள் – பாரதிதாசன்
ந. பிச்சமூர்த்தி கட்டுரைகள்
நேரிசை வெண்பா இலக்கியக் களஞ்சியம்
பாரதிதாசன் கவிதை இலக்கியங்கள்: இறைமை,
    இந்திய விடுதலை இயக்கம்
பாரதிதாசன் கவிதை இலக்கியங்கள்: சுயமரியாதை, சமத்துவம்
பாரதிதாசன் இலக்கியம்: அறியப்படாத படைப்புகள்
பாரதிதாசனும் சக்தி இதழும்
சி.வை. தாமோதரம் பிள்ளை இயற்றிய கட்டளைக் கலித்துறை
பாரதிதாசன் கவிதைகளில் பாரதியார்
பாரதிதாசனின் அரிய படைப்புகள்

In English
(ed.) *Early Studies in Tamil Prosody*

ய. மணிகண்டன்

பாரதியும் உ.வே.சா.வும்

காலச்சுவடு பதிப்பகம்

அன்பார்ந்த வாசகருக்கு,

வணக்கம்.

காலச்சுவடு நூலை வாங்கியமைக்கு நன்றி.

நூலின் உள்ளடக்கம், உருவாக்கம், அட்டைப்படம் இன்ன பிற அம்சங்கள் பற்றிய உங்கள் கருத்துகளையும் ஆலோசனைகளையும் காலச்சுவடு வரவேற்கிறது. தகவல், எழுத்து, வாக்கியப் பிழைகள் தென்பட்டால் கட்டாயம் தெரிவித்து உதவுங்கள். நூல் தயாரிப்பில் கடும் குறைபாடு இருப்பின் மாற்றுப் பிரதி உங்களுக்குக் கிடைக்கக் காலச்சுவடு ஏற்பாடு செய்யும்.

மின்னஞ்சல்: **publisher@kalachuvadu.com**

காலச்சுவடு நாகர்கோவில் அலுவலகத்திற்குக் கடிதம் அனுப்பலாம்.

தங்கள்
எஸ்.ஆர். சுந்தரம் (கண்ணன்)
பதிப்பாளர் — நிர்வாக இயக்குநர்

பாரதியும் உ.வே.சா.வும் ❋ ஆசிரியர்: ய. மணிகண்டன் ❋ பதிப்புரிமை ய. மணிகண்டன் ❋ முதல் பதிப்பு: டிசம்பர் 2023 ❋ வெளியீடு: காலச்சுவடு பப்ளிகேஷன்ஸ் (பி) லிட்., 669 கே.பி. சாலை, நாகர்கோவில் 629001

காலச்சுவடு பதிப்பக வெளியீடு: 1269

paaratiyum u.vee.caa.vum ❋ C. Subramania Bharati and U.V. Swaminatha Iyer ❋ Author: Ya. Manikandan ❋ © Y. Manikandan ❋ Language: Tamil ❋ First Edition: December 2023 ❋ Size: Demy 1 x 8 ❋ Paper: 18.6 kg maplitho ❋ Pages: 152

Published by Kalachuvadu Publications Pvt. Ltd., 669 K.P. Road, Nagercoil 629001, India Phone: 91-4652-278525 ❋ e-mail: publications @kalachuvadu.com ❋ Printed at Mani Offset, Chennai 600077

ISBN: 978-81-19034-68-0

12/2023/S.No. 1269, kcp 4929, 18.6 (1) ass

சொற்க ளாடி யிருந்த
சோதி மானுக்கு....

உள்ளுறை

முன்னுரை: இறப்பின்றித் துலங்கும் இருவர்	11
1. பாரதியும் உ.வே.சா.வும்	17
2. பாரதி பார்வையில் உ.வே.சா.	21
3. பாரதி குறித்து உ.வே.சா.	37
4. சில விவாதங்கள்	45
5. பழம்பதிவுகளில் சில சிக்கல்கள்	58
நிறைவுரை	62

பின்னிணைப்புகள்

பகுதி 1
பாரதி பார்வையில் உ.வே.சா.

1. மகாமகோபாத்தியாய சாமிநாதய்யர்	69
2. தென்றலுடன் பிறந்த பாஷை	71
3. அழியாப் புகழ்கொண்ட ஓர் பழங்காலத் தமிழ் மாது	73
4. சென்னை பிரஸிடென்ஸி காலேஜ் தமிழ்ச் சங்கம்	75
5. சென்னை கவர்ன்மெண்டாரும் டாக்டர் போப்பும்	77
6. 'கன்னி'த் தமிழ்	79
7. Vernacular Literature	81
8. உ.வே.சா. பதிப்புகள்: 'சுதேசமித்திரன்' மதிப்புரை	83

பகுதி 2
உ.வே.சா. பார்வையில் பாரதி

1. காங்கிரஸ் மாளிகையில் கூட்டம் — 88
2. சுப்பிரமணிய பாரதியார் — 96
3. 'கவிச்சக்கரவர்த்தி சுப்ரமணிய பாரதி சரிதம்': முகவுரை — 101
4. வி. கிருஷ்ணசாமி ஐயர்: தமிழபிமானம் — 102
5. என்னுடைய ஞாபகங்கள் — 105

பகுதி 3
உ.வே.சா. முன்னிலையில் பாரதி சொற்பொழிவுகள்

1. கருணை — 107
2. பட்டினத்துப்பிள்ளையின் சரித்திரம் — 115
3. திருவள்ளுவரின் பெருமை: தலைமை உரை — 123

பகுதி 4
பிற

1. சென்னை இராசதானிக் கல்லூரித் தமிழ் மாணவர் சங்கம்: பதிவுகள் — 126
2. காங்கிரஸ் பொன்விழா: அறிவிப்பு — 146

பயன்பட்ட நூல்கள், இதழ்கள் — 148

முன்னுரை

இறப்பின்றித் துலங்கும் இருவர்

பழந்தமிழை மீட்டமை – புதுத்தமிழை மீட்டியமை; பழந்தமிழ் இலக்கியங்களைத் தேடித் தேடிக் கண்டறிந்து பதிப்பித்தமை – நித்தம் நவமெனச் சுடர்தரும் புதுத்தமிழ்க் கவிதையிலக்கியங்களைப் படைத்தளித்தமை; உரைநடையில் தன்வரலாறு, வாழ்க்கை வரலாறு, கட்டுரை இலக்கியம், செய்யுட் படைப்பு, சொற்பொழிவு, பாடல் பாடும் ஈடுபாடு எனப் பன்முகங்கொண்டமை – கவிதையிலும் உரைநடையிலும் தன்வரலாறு, புதினம், சிறுகதை, மொழிபெயர்ப்பு, ஆங்கில ஆக்கம், கட்டுரை இலக்கியம், இதழியல் எழுத்துகள், சொற்பொழிவு, பாடல் பாடுதல் என ஒண்முகங்கொண்டமை; நெடிய வாழ்வு – குறுகிய வாழ்வு; வாழ்நாளிலேயே பெரும்புகழ் – வாழ்நாளில் அளவான பெருமை; நிலையான நிறைந்த வருவாய் – நிலையற்ற குறைந்த வருவாய்; ஆண்ட ஆங்கிலேயரால் போற்றப்பட்ட வாழ்க்கை – ஆண்ட ஆங்கிலேயரால் வேட்டையாடப்பட்ட வாழ்க்கை; வாழுங்காலத்திலேயே தலைசிறந்த பேரறிஞர் என்னும் பெருமை – வாழ்நாளுக்குப் பின்னர்த் தலைசிறந்த பெருங்கவிஞர் என்னும் பேரிடம்; வாழ்நாளில் பிறர்கூற்றாய்த் தமிழரசர் – வாழ்நாளில் தற்கூற்றாய்க் கவியரசர்; வாழுங்காலத்திலேயே எந்த எதிர்ப்புமின்றி மகாமகோபாத்தியாய – வாழ்நாளுக்குப்பின் எதிர்ப்புகளைத் தாண்டி மகாகவி; ஒருவரையொருவர் போற்றிக் கொண்டாடிய நிலைகள்... இப்படிச் சில ஒற்றுமைகளும் பல வேற்றுமைகளுமாய் விளங்கிய இருபதாம் நூற்றாண்டின் இரு பெரும் தமிழ்ப் பேராளுமைகள் உ.வே.சா.வும் பாரதியும்.

இந்த இரு பெருமக்களின் தொடர்பு வரலாற்றை, தொடர்பு வரலாற்றில் தோன்றிக் காட்சிதரும் சிக்கல்களை, சிக்கல்களுக்கான தெளிவினை, ஒருவரை ஒருவர் பாராட்டிக் கொண்டாடிய நிலைகளை, முன்னவரும் மூத்தவருமான உ.வே.சா., பாரதியை அங்கீகரிக்கவில்லை எனப் பலரால் வைக்கப்பட்ட கருத்தைத் தகர்க்கும் விரிவான விளக்கங்களை யெல்லாம் முன்னைத் தரவுகளோடு புதிதாய்க் கண்டுபிடித்த ஆதாரங்களாலும் அரிய ஆவணங்களாலும் மூல ஏடுகளின் முதனிலைச் சான்றுகளாலும் முதன்முறையாகத் துலக்கிக் காட்டும் ஆய்வுப் பகுதியையும் ஆதாரக் கருவூலத்தையும் கொண்டு இந்நூல் உருப்பெற்றுள்ளது.

பாரதி பார்வையில் உ.வே.சா., உ.வே.சா. பார்வையில் பாரதி, உ.வே.சா. முன்னிலையில் பாரதி ஆற்றிய சொற்பொழிவுகள், இருவர்தம் சந்திப்புக் களமாகிய சென்னை மாநிலக் கல்லூரித் தமிழ் மாணவர் சங்கத்தின் தொடர்புடைய நிகழ்ச்சிப் பதிவுகள் ஆகிய ஆதாரக் களஞ்சியங்கள் பாரதியியலில் இந்நூலால் முதன்முறையாக ஒருசேரக் கவனம்பெறுகின்றன.

இந்நூல் பல புதிய கண்டுபிடிப்புகளின் வாயிலாகவும், மூல இதழ்களின் அடிப்படையிலும் உருவாகியுள்ளது. நூலில் இடம்பெறுகின்ற பின்வரும் பதிவுகளை முதன்முறையாக நான் கண்டறிந்துள்ளேன். 'சுதேசமித்திர'னில் வெளிவந்த உ.வே.சா.வைப் பாராட்டிய பாரதியின் பாடல் வடிவம், காங்கிரசு மாளிகையில் நடந்த பொன்விழாக் கூட்டப் பதிவுகள், உ.வே.சா.வின் உரை, 'கருணை' சொற்பொழிவின் விடுபட்ட பகுதி, 'திருவள்ளுவர் மாண்பு' என்னும் தலைப்பில் மாணவர் ஆற்றிய உரைக்குத் தலைமை வகித்துப் பாரதி ஆற்றிய தலைமையுரை, உ.வே.சா.வின் சங்க இலக்கியப் பதிப்புகளான பதிற்றுப்பத்து, ஐங்குறுநூறு ஆகியவற்றுக்குச் 'சுதேசமித்திர'னில் வெளிவந்த மதிப்புரை, இராசதானிக் கல்லூரித் தமிழ் மாணவர் சங்க நிகழ்வுகள் குறித்த பத்துக்கும் மேற்பட்ட பதிவுகள் ஆகியன இவ்வகையில் அமைந்தவையாகும். மேலும் நூலில் காட்டப்பட்டுள்ள 'சுதேசமித்திரன்', 'இந்தியா', '*Bala Bharata*' இதழ்ப் பதிவுகள் மூலத்தைப் பயன்படுத்தியே வெளிப்படுத்தப்பட்டுள்ளன. 'ரோலோ', 'நீலகண்டையர்' குறித்த செய்திகள் இடம்பெற்ற 'சுதேசமித்திரன்' நாளிதழ்கள் கிடைக்காததால், அவற்றுக்கு மட்டும் முற்பதிப்பு நூல்கள் பயன்படுத்தப்பட்டுள்ளன.

காங்கிரசு பொன்விழாவின்போது உ.வே.சா. ஆற்றிய சொற்பொழிவு பின்னர் எழுத்து வடிவம் பெற்றது. இவ்வடிவம் 'தினமணி'யில் வந்ததாக அறிய முடிகின்றது. முயன்று தேடியும் இவ்வடிவத்தைக் கண்டறிய இயலவில்லை. எதிர்காலத்தில் 'தினமணி' மூலவடிவம் கிடைக்கையில் இப்போதுள்ள வடிவம் மேலும் துல்லியம் பெறும். வி. கிருஷ்ணசாமி ஐயர் குறித்த 'கலைமகள்' வடிவத்திற்கும் இப்போதுள்ள பதிப்புகளின் வடிவங்களுக்குமிடையே வேறுபாடுகள் உள்ளமையால் இந்நூலில் மூலவடிவமாகிய 'கலைமகள்' வடிவமே பயன்படுத்தப்பெற்றுள்ளது.

~

நூலுக்கு அடிப்படையாக அமைந்த தரவுகளில் பெரும்பாலானவை புது தில்லி தேசிய ஆவணக் காப்பகம், நேரு நினைவு நூலகம் ஆகியவற்றைப் பயன்கொண்டு தேடிக் கண்டறியப்பட்டவையாகும். உ.வே. சாமிநாதையர் நூலகம், ரோஜா முத்தையா ஆய்வு நூலகம், எட்டயபுரம் பாரதி நூலகம், சென்னைப் பல்கலைக்கழக மெரினா வளாக நூலகம் ஆகியனவும் துணைசெய்துள்ளன.

பாரதி–உ.வே.சா. தொடர்பு வரலாற்றை, தவறான குற்றச்சாட்டுகளுக்கான உரிய பதில்களை மேடைகளின் வாயிலாக மட்டுமே நான் எடுத்துரைத்துவந்த நிலையில், ஒருமுறை என் உரையைக் கேட்ட 'தினமணி' ஆசிரியர், அன்பிற்கும் போற்றுதலுக்கும் உரிய திருமிகு 'கலாரசிகன்' கி. வைத்தியநாதன் அவர்கள் 'தினமணி'க்கு அதனை எழுதச் சொன்னார். என் இயல்பின்படி எழுதி அளிக்கச் சில ஆண்டுகள் தாமதமாயின. திடீரென ஒரு தருணம் கட்டுரையை உருவாக்கி அளித்தேன். இப்பொருண்மையிலான எனது கண்டுபிடிப்புகள் 'தினமணி' ஆசிரியரின் தூண்டுதலால்தான் முதன்முதலில் எழுத்து வடிவம் பெற்றன. நுட்பத் தமிழ்ப் புலமைநலம் வாய்ந்த அன்புச் சகோதரர் 'தினமணி' திரு. ராஜ்கண்ணன் அவர்கள் இம்முயற்சியில் துணைநின்றிருக்கின்றார்.

பாரதி குறித்த எந்த முயற்சியும் பாரதியியல் அறிஞர் சீனி. விசுவநாதனின் நூல்களின் துணையின்றித் துலங்க முடியுமா? தொண்ணூறு தொடும் அப்பெருந்தகையின் நூல்களும் பயன்பட்டிருக்கின்றன.

ஆண்டுதோறும் ஓரிரு மாதங்கள், பெருந்தொகைச் செலவு எனத் தொடர்ந்துகொண்டிருக்கின்றன பாரதி தேடல்களுக்கான

என் தில்லிப் பயணங்கள். இந்தப் பயணங்களில் தில்லிப் பல்கலைக்கழக மூத்த தமிழ்ப் பேராசிரியர் கோ. இராசகோபால், புது தில்லி ஜவகர்லால் நேரு பல்கலைக்கழகச் சிறப்புநிலைத் தமிழ்த்துறையின் தலைவர் பேராசிரியர் இரா. அறவேந்தன், முன்பு நேரு பல்கலையின் ஆய்வு மாணவராகவும் இப்போது சிங்கப்பூர் சமூக அறிவியல் பல்கலைக்கழகத் தமிழ்மொழி மற்றும் இலக்கியப் பட்டத் துறைத் தலைவராகவும் ஒளிரும் முனைவர் மு. மணிவண்ணன், முன்னை நாடாளுமன்ற உறுப்பினர் திருமிகு டி.கே.எஸ். இளங்கோவன் அவர்கள், நினைவில் வாழும் டி.கே. எஸ். வில்லாளன் அவர்கள் முதலியோரின் அன்பு ஒவ்வொரு நிலையில் துணைநின்றிருக்கின்றது.

'இங்கிவரை யான்பெறவே என்ன தவம் செய்தேன்' என நெகிழும்வண்ணம் எனது வாழ்க்கையிலும் நூல்களிலும் நிறைந்திருப்பவர்கள் என் முனைவர் பட்ட ஆய்வு மாணவச் செல்வங்கள். இப்போது இந்த நூற்பணிகளில் என் மாணவக் கண்மணிகள் முனைவர் ஏ. கவிதாவும் திருமதி கோ. லோகேஸ்வரியும் நிறைந்திருக்கின்றனர். என் அன்பு சி. இளங்கோ இன்னும் கூடுதலாக.

என் வாழ்க்கைப் பயணத்தில் என்னை மிகுதியாகக் காத்து வளர்த்துவரும் அரிய மாமனிதர்கள், விழிகள் பதிப்பகம் அண்ணன் திருமிகு தி. நடராசன் அவர்கள், மூத்த அண்ணன் திருமிகு தி. வேணுகோபால் அவர்கள் ஆகியோர் என் நெஞ்சிலும் இந்நூலிலும் ஒளிர்ந்திருக்கின்றனர்.

கடுங்குளிரிலும் கொடுங்கோடையிலும் தில்லியில் என் தேடல்களில் உடன் அலைந்தும் நலிந்தும் துயர்சுமந்து வாழும் என் மனைவி ம. சாந்தி, பாரதியின் அறச்சீற்றத்தோடு இதழியல் பயணங்களால் சமூக நலம் நாடும் என் அன்பு மகன் ம. நச்சினார்க்கினியன் இருவரும் என் முயற்சிகளிலெல்லாம் கலந்திருக்கின்றனர்.

வாழ்க்கைப் பயணம் எனக்கு நிலவின்மடி சாயும் மகிழ்வையும் நிறைவையும் ஈந்ததுமுண்டு; நெருக்கடிகளில் தேயும் நிலையைத் தந்ததுமுண்டு. வாராது வந்த தெய்வதமொன்றின் அர்ப்பணிப்பு என்னையும் என் பாரதிப் பணிகளையும் ஒளிபெறச்செய்தன. இடர்படர் காலமொன்றில் அருளில் கனிந்து நல் அறிவில் செழித்த இரு தெய்வதங்கள் பயனெதிர்பாராது அரண்செய்து என் பணிகளைக் காத்தன. இந்த முத்தெய்வதங்கள் என் நெஞ்சில் எப்போதும் நிறைந்து திகழுகின்றன.

கல்வெட்டு, சுவடியியல் வல்லுநர், உ.வே.சா. நூலகக் காப்பாட்சியர் (பொ.) முனைவர் கோ. உத்திராடம் அவர்கள் அவ்வப்போது தேவையான உதவிகள் புரியும் அன்பினர்.

அன்பிற்கினிய கீழ்வேளூர் பா. ராமநாதன் தொடர்ந்து எனது நூல்களை நுட்பமாக வடிவமைத்து நேர்த்தியுற வழங்குபவர்.

'நம் சலபதி' எனத் தமிழ்ச் சமூகமும், 'எங்கள் சலபதி' என நட்பு வட்டமும், 'என் சலபதி' என நானும் போற்றும்வகையில் ஒப்பற்ற ஆராய்ச்சிப் பணிகளால், உயரிய மனித மாண்புகளால் சிறந்து திகழ்பவர் பாரதி அறிஞர் பேராசிரியர் ஆ.இரா. வேங்கடாசலபதி அவர்கள். அவரது பார்வை பெற்றுத்தான் என் ஒவ்வொரு முயற்சியும் உருப்பெறுகின்றது. அவ்வகையில் இந்நூலும்.

எனது பாரதி தேடல்களின் விளைவான கண்டுபிடிப்புகளை உலகளாவிய நிலையில் கவனம்பெறும் வகையில் இதழ்க் கட்டுரைகளாய், நூல்களாய் வெளியிட்டுவரும் அன்பிற்கினிய காலச்சுவடு கண்ணன் அவர்கள், இவ்வெளியீட்டுப் பணிகளில் துணைநின்ற திரு. அரவிந்தன், திருமதி பா. கலா முருகன் ஆகியோர்...

இவர்களையெல்லாம் இந்த நூல் நிறைவுபெறும் தருணத்தில் நினைந்து நெஞ்சம் நிறைகின்றேன்.

~

எந்த இராசதானிக் கல்லூரியின் பாராட்டுச் சபையில் பாரதி பாடல் பாட அனுமதிக்கப்பெறவில்லை எனும் தவறான குற்றச்சாட்டு வையாபுரிப் பிள்ளை முதலியோரால் வைக்கப்பட்டதோ, வைக்கப்படுகின்றதோ அதே இராசதானிக் கல்லூரியாம் மாநிலக் கல்லூரியில் குற்றச்சாட்டுகளுக்கெல்லாம் காலங்களைக் கடந்தும் காலந்தோறும் பதிலளிப்பதுபோல உ.வே. சாமிநாதையரின் திருவுருவச் சிலை காட்சிதந்துகொண்டிருக்கிறது, பீடத்தில் பாரதியின் வாழ்த்து வாக்கைச் சுமந்துகொண்டு.

'இறப்பின்றித் துலங்குவாய்' என முன்னிலையில் சாமிநாதையரை வாழ்த்தினார் பாரதி. 'பார்மீது நான் சாகாதிருப்பேன்' எனத் தன்மையில் தன்னைக் குறித்து நவின்றார் பாரதி. பழந்தமிழை மீட்ட நாயகர், புதுத் தமிழை மீட்டிய நாயகர் இருவர்தம் முன்னோடிப் பணிகளால் முன்னிலை பெற்றும் தன்மை பெற்றும் தண்மையுற்றும் உண்மையில் இறப்பின்றித் துலங்குவதும் பார்மீது சாகாதிருப்பதுவும் பழந்தமிழாய்ப் புதுத்தமிழாய்த் தொடர்ந்துகொண்டிருக்கும்

என்றுமுள தென்றமிழன்றோ? இருபெரும் நாயகர்தம் உறவுச் சங்கமத்தில் பழைமை புதுமை எனும் எல்லைக்கோடுகள் தாண்டித் தமிழ் தழைத்துச் சிறக்கின்றதன்றோ? இந்த விசாலமே இன்றைய தேவை.

~

முப்பத்தொன்பது ஆண்டுகளே வாழ்ந்த பாரதியின் வாழ்க்கைச் சுவடுகளும் படைப்புப் பதிவுகளும் எங்கெங்கோ சிதறிக் கிடக்கின்றன; நூற்றாண்டு கடந்தும் கண்டறியப் படுகின்றன. எல்லாம் கிடைத்துவிட்டன என்னும் நிலை இன்னும் இல்லை. எதிர்காலம் பாரதி - உ.வே.சா. தொடர்பிலும் புதிய ஆதாரங்களைப் பரிசளிக்கக்கூடும்; பரிசளிக்கட்டும். பலவற்றை முதன்முறையாகக் கண்டறிந்துள்ள என் பார்வையிலும் விடுபட்டவை இருப்பின், அவற்றைக் கண்டறிவோரால், வழங்குபவர்களால் இக்களம் மேலும் வளம்பெறட்டும்.

ய. மணிகண்டன்

1

பாரதியும் உ.வே.சா.வும்

புவியனைத்தும் போற்றிட
வான்புகழ் படைத்துத்
தமிழ்மொழியைப் புகழில் ஏற்றும் கவியரசர்

எனத் தன்னைத் தமிழ்க் கவியரசர் எனப் பின்னாளில் உணர்ந்த பாரதி, கவியரசர் என்னும் நிலைக்கு வளர்ச்சி பெறும் காலத்திற்குமுன்பே உ.வே. சாமிநாதையரைத் "தமிழரசர்" எனக் கொண்டாடினார். பழந்தமிழின் மீட்பரும் புதுத்தமிழின் மூலவரும் சந்தித்துக்கொண்ட, பழகிய, ஒருவரையொருவர் போற்றிக் கொண்டாடிய வரலாறாகப் பாரதி – உ.வே.சா. தொடர்புப் படலம் தமிழிலக்கிய வரலாற்றில் பளிச்சிட்டு ஒளிர்கின்றது.

பழந்தமிழை மீட்டுத் தந்த பேராளுமை உ.வே. சாமிநாதையர். புதுத் தமிழைப் படைத்துத் தந்த பேராளுமை சுப்பிரமணிய பாரதி. இருவரும் சமகாலத்தில் செயற்பட்டனர். இந்த இருபெரும் ஆளுமைகளை இணைத்துச் சிந்தித்த அறிஞர்களின் வரலாற்றில் முதன்மைபெறுபவர் ச. வையாபுரிப் பிள்ளை.

> ஐயரவர்கள் பண்டைத் தமிழிலக்கியத்தின் பிரதிநிதி. தற்காலத் தமிழிலக்கியத்தின் பிரதிநிதி பாரதியார்.... பாரதியார் சென்னை மாகாணத்தின் தென்கோடியிலுள்ள திருநெல்வேலியைச் சார்ந்தவர்கள்; ஐயரவர்கள் இந்த மாகாணத்தின் வட பகுதியிலுள்ளவர்கள். பாரதியார் நம் தமிழன்னையின் உக்ர மூர்த்தமாகவுள்ளவர்;

ஐயரவர்கள் நம் அன்னையின் சாந்த மூர்த்தமாக வுள்ளவர்கள். பாரதியாரின் சொற்கள், தேசபக்தியும் தமிழ்ப்பற்றும் கொழுந்துவிட்டெரியுமாறு, கேட்போரின் மனத்திலே அளவற்ற பக்திக் கனலை அள்ளியெறிந்து, அம் மனத்தைப் பற்றியெரியச் செய்கின்றன; ஐயரவர்களின் சொற்கள் ஆழ்ந்த தமிழறிவினால் பரிபக்குவமெய்திக் குளிர்ந்த நிலவொளியை வீசுகின்றன. பாரதியார் வாழ்க்கைப் போராட்டத்தில் துன்புற்று நைந்து வருந்தியவர்; ஐயரவர்கள் இவ்வகைப் போராட்டத்தால் துன்புறாது வாழ்ந்தமை நமது பாக்கியமே. பாரதியார் பெருங்கவிஞர்; ஐயரவர்கள் பெரும்புலவர்.

(*தமிழ்ச் சுடர்மணிகள்*, ப. 283)

என்பது வையாபுரிப் பிள்ளையின் ஒப்பீட்டுச் சித்திரம்.

உ.வே. சாமிநாதையரின் பேர் சொல்லும் முதன்மை மாணவராகவும், பாரதியின் அரிய படைப்புகளைத் தேடித் தேடித் தனது 'கலைமகள்' இதழின் வாயிலாக வெளியிட்டுப் பாரதியியலுக்கு வளம்சேர்த்தவராகவும் விளங்கிய கி.வா. ஜகந்நாதனும் இருவரையும் ஒப்பிட்டு இதே போன்றதொரு மதிப்பீட்டை வழங்கியுள்ளார் (*தமிழ்த் தாத்தா*, ப. 9).

~

பாரதிக்கும் உ.வே.சா.வுக்கும் தமிழின் உச்ச இடங்களில் ஒளிர்பவர்கள் என்னும் நிலைகளில் மட்டுமல்லாமல் வாழ்க்கை நிகழ்வுகளிலும் சில ஒற்றுமைகள் உண்டு. இருவருமே ஏறத்தாழ ஒரே காலத்தில் சென்னை மாநகருக்கு வந்து சேர்கின்றனர். 1903ஆம் ஆண்டின் இடைப்பகுதியில் உ.வே.சா. குடந்தைக் கல்லூரியிலிருந்து மாநிலக் கல்லூரிக்கு மாற்றலாகி வந்து சேர்கின்றார். பாரதியார் 1904ஆம் ஆண்டின் இறுதியில் மதுரை சேதுபதி பள்ளியின் தமிழாசிரியர் பணியிலிருந்து விலகிச் 'சுதேசமித்திரன்' நாளிதழின் உதவி ஆசிரியராக வந்து சேர்கின்றார். இருவரும் ஒவ்வொரு நிலையில் தமிழ்ச் சமூகத்தின் முக்கியமான அமைப்புகளில் அங்கம் வகிப்பவராகத் திகழ்கின்றனர். அன்றைய தமிழ்நாட்டின் தலைமையான இராசதானிக் (மாநிலக்) கல்லூரியின் தமிழாசிரியர் உ.வே. சாமிநாதையர். அன்றைய தமிழ்நாட்டின் ஒரே தமிழ் நாளிதழான புகழ்பெற்ற 'சுதேசமித்திர'னின் உதவி ஆசிரியர் பாரதியார்.

~

உ.வே.சா.வைப் பாரதி முதன்முதலாகச் சந்தித்தபோது உ.வே.சா.விற்கு ஐம்பது அகவை. பாரதிக்கு இருபத்துமூன்று அகவை. அக்காலத்தில் உ.வே.சா.வின் அகவையில் சரிபாதி

அகவைகூட இல்லாத மிக்கிளைஞர் பாரதி. சென்னையில் உ.வே.சா. வாழ்ந்த காலத்தில் பாரதி வாழ்ந்தது ஏறத்தாழ நான்கு ஆண்டுகள் மட்டுமே. ஆயினும் மிகக் குறுகிய காலத்திலேயே உ.வே.சா.வின் உயரிய இடத்தை ஆழமாக உணர்ந்து அழுத்தமாகப் பாரதி முரசறைந்துள்ளார். அவையெல்லாம் இதழ்களின் வாயிலாகப் பரந்த தளத்தில் உ.வே.சா.வின் பெரும்பணியை, சங்க இலக்கியங்களின் சால்பை, தமிழ்மொழியின் ஏற்றத்தைக் கொண்டு சேர்த்துள்ளன. "குடந்தை நகர்க் கலைஞர்கோ!", "பொதியமலைப் பிறந்த மொழி வாழ்வறியும் காலமெலாம் புலவோர் வாயில் துதியறிவாய்!", "தற்காலத்திலே தமிழ் அரசராக விளங்கும் பிரம்மஸ்ரீ சாமிநாதய்யரவர்கள்" என்றெல்லாம் உ.வே.சா.வைப் பாரதி அக்காலத்தில் கொண்டாடியிருக்கிறார்.

வாழ்வின் தொடக்கத்தில் பாரதி கொண்ட மதிப்பும் மதிப்பீடும் காலந்தோறும் வளர்ச்சிபெற்றே வந்திருக்கின்றது. புதுவையில் ஒருமுறை உ.வே.சா.வைச் சந்தித்த பாரதி, "நீங்கள் பழம் புலவர்களையெல்லாம் வாழச் செய்கிறீர்கள்", "நீங்கள் பழம் புலவர்களைத் தமிழ் மக்கள் மறவாமல் செய்கிறீர்கள்" என்று நேரடியாகப் பாராட்டியிருக்கின்றார். வாழ்வின் இறுதிக்கட்டத்தில் "உத்தமதானபுரம் மஹா மஹோபாத்ய ஸ்ரீமான் வே. சாமிநாதையர் தமிழ் பாஷைக்கு நவீன உலகத்தில் மதிப்புத் தேடிக் கொடுத்தவர்களிலே முக்ய புருஷர்" என்று அருமை பொருந்த அறிவித்திருக்கின்றார். சந்தித்துப் பழகிய குறுகிய காலத்திலும், தொலைவிலிருந்த காலத்திலும், பிற்காலத்திலும் தமிழிலக்கிய வரலாற்றில் உ.வே. சாமிநாதையரின் இடத்தைப் பாரதி உணர்ந்தும் உணர்த்தியுமிருக்கின்றார். உ.வே.சா.வோ தாம் நேரடியாகக் குறுகிய காலப்பரப்பில் அறிந்த இளம்பாரதியை அன்பு பாராட்டி, மதிப்பளித்துத் தாம் வீற்றிருந்த இராசதானிக் கல்லூரியின் இலக்கியச் சங்கமமான சங்கப்பலகையில் அவருக்கு இடம்தந்து மாணவரிடையேயும் இலக்கிய அன்பர்களிடையேயும் பெரும்புலவர்கள், பேரறிஞர்கள் தலைமையில் சொற்பொழிவுகள் ஆற்றவும், மாணவர் ஆற்றும் உரைக்குத் தலைமைதாங்கவும், தான் இயற்றிய செய்யுள்களை எடுத்துரைக்கவும், பாடல்கள் இசைக்கவும் வாய்ப்பளித்து அவரை ஏற்று அங்கீகரித்திருக்கின்றார்; இலக்கிய உலகில் நடைபயில வாய்ப்புகளின் வாயில்களைத் திறந்துவைத்திருக்கின்றார்.

~

அந்நாளைய சென்னை மாகாணத்தின் தலைநகராகிய சென்னை நகரமே உ.வே. சாமிநாதையர் – பாரதி இருவரின் சந்திப்புக் களம். அந்நாளில் இராசதானிக் கல்லூரி என அழைக்கப்பெற்ற இந்நாளைய மாநிலக் கல்லூரிதான் பெரிதும்

சந்திப்பு மையம். பாரதி – உ.வே.சா. தொடர்பு வரலாற்றில் முக்கியப் பங்கை வகிப்பது சென்னை இராசதானிக் கலாசாலையின் மாணவர் தமிழ்ச் சங்கமே.

உ.வே.சா.வின் பழந்தமிழ் இலக்கியப் பதிப்புகளும், அவராற்றிய உரைகளும், அவர் வகித்த பதவியும் உ.வே.சா.வின் பேராளுமையைப் பாரதிக்கு அறிமுகம் செய்தன; உ.வே.சா.வைப் போற்றிக் கொண்டாடச் செய்தன.

உ.வே.சா. தமிழரசர் எனப் போற்றத்தகு பேரிடத்தைப் பெற்றிருந்த காலத்தில், பாரதியைக் கவியரசராக அடையாளங்காட்டும் முக்கியமான எந்தப் படைப்பும் தோன்றவில்லை. 'சுதேசமித்திர'னின் உதவி ஆசிரியர், 'சக்ரவர்த்தினி'யின் ஆசிரியர், பாடல் புனையும் ஆற்றலுடையவர், பாடல்களைப் பாடும் ஆற்றல் வாய்ந்தவர் என்பனவே இலக்கிய உலகில் பாரதியின் அந்நாளைய இடங்களாகும். அவையே உ.வே.சா.விற்குப் பாரதி குறித்த அறிமுகமாகும்.

ஆனால், தன்னைத் தமிழின் அரசர் எனப் போற்றிய பாரதி தமிழின் கவியரசராக, கவிச்சக்கரவர்த்தியாக ஆகிவிட்ட வரலாற்றைக் காணும்நிலை உ.வே.சா.விற்கு அவரது வாழ்நாளிலேயே ஏற்பட்டது. பழந்தமிழில் திளைத்த பழுத்த அறிஞர் உ.வே.சா., புதுத் தமிழையும் புதுத் தமிழின் மூலவரையும் மனமார, முழுமையாக ஏற்றுக் கொண்டாடும் நிலை ஏற்பட்டது.

~~

2
பாரதி பார்வையில் உ.வே.சா.

பாரதியின் முதற்கட்டச் சென்னை வாழ்க்கை 1904 நவம்பர் முதல் 1908 செப்டம்பர் வரை அமைந்தது. சற்றொப்ப நான்கு ஆண்டுகள். அப்போது உ.வே. சா.வோடு நேரடிப் பழக்கம் பாரதிக்கு ஏற்படுகின்றது. இந்தப் பழக்கம் சென்னை இராசதானிக் கலாசாலையின் மாணவர் தமிழ்ச் சங்கத்தின் செயல்பாடுகளை மையமிட்டிருக்கின்றது.

கல்லூரியின் தமிழ் மாணவர் சங்கம் என்பது உ.வே.சா. பணிபுரிந்த காலத்திலும் பின்னரும் செயல்பட்டுவந்த தமிழ்ச் சங்க அமைப்பாகும். மாணவர் சங்கம் எனப் பெயர்தாங்கியிருப்பினும் இதன் தலைவராக உ.வே.சா. இருந்திருக்கின்றார். இதனை, "சங்கத் தலைவராகிய மகாவித்வான் பிரமஸ்ரீ சாமிநாதய்யரும் அங்கு விஜயமாயிருந்தார்" (சுதேசமித்திரன், 15.4.1905), "இச்சங்கத் தலைவராகிய பிரம்மஸ்ரீ வே. சாமிநாதையரவர்களும்" (சுதேசமித்திரன், 12.10.1906), "சங்கத் தலைவராகிய சாமிநாதையரவர்கள், காரியதரிசி இன்னும் சிலரும் சபைத் தலைவரை ஊர்க்கோலமாயழைத்து வர" (சுதேசமித்திரன், 18.10.1906), "சேர்மென் செய்த நீண்டதோர் உபந்நியாசத்தில், இத்தமிழ்ச்சங்கம் மகாமகோபாத்தியாயரான ஸ்வாமிநாத அய்யரைத் தலைமையாகக் கொண்டது அதற்கு ஒரு பெருமை என்றும்" (சுதேசமித்திரன், 26.2.1913) என்னும் பதிவுகளும், பாண்டித்துரைத் தேவர்

வருகை தந்தபோது இராசதானி கலாசாலைத் தமிழ்மாணவர் சங்கம் சார்பாகப் பலருக்கும் தாமே விடுத்த அச்சிட்ட அழைப்புமடலில் “வே. சாமிநாதையன், *President*” எனக் குறிப்பிட்டிருந்ததும் (10.10.1906) உறுதிசெய்கின்றன. இந்தத் தமிழ் மாணவர் சங்கத்தில்தான் பாரதியின் பல்வகையான இலக்கியச் செயல்பாடுகளும் அரங்கேறியிருக்கின்றன. பாரதியின் இந்தப் பங்கேற்புகளுக்கெல்லாம் மாணவர்களுடனான அவரது தொடர்பு, மாணவர்களின் அன்பு துணைசெய்திருக்குமெனினும் முதன்மையான காரணகர்த்தா சங்கத்தின் தலைவராகிய, ஆசிரியராகிய உ.வே.சா.வே எனலாம். தான் பணிபுரிந்த கல்லூரியில் பாரதியின் இலக்கிய வாழ்வின் தலைநாள்களிலேயே பாரதிக்கு மதிப்பார்ந்த இடம் தந்து பாரதியை அங்கீகரித்திருக்கின்றார் உ.வே.சா.

இராசதானிக் கல்லூரித் தமிழ் மாணவர் சங்கத்தில் பாரதியின் செயல்பாடுகள் பல நிலைகளில் நிகழ்ந்தேறியிருக்கின்றன. தமிழ்ச் சங்க நிகழ்ச்சிகளுக்குப் பாரதி வாரந்தோறும் வந்து பங்கேற்றிருக்கின்றார்; உரையாற்றியிருக்கின்றார்; மாணவர் ஆற்றிய உரைக்குத் தலைமைதாங்கியிருக்கின்றார்; புதிய கவிதைகளை இயற்றி வந்து பாடியிருக்கின்றார். பாரதியின் இந்தப் பங்கேற்புகளையெல்லாம் உ.வே.சா.,

> சென்னையில் இவர் இருந்த காலத்தில், நான் இவரோடு பலமுறை பழகியிருக்கிறேன். பிரசிடென்ஸி காலேஜில் வாரந்தோறும் நடைபெறும் தமிழ்ச்சங்கக் கூட்டத்துக்கு வருவார்; பேசுவார்; புதிய பாட்டுக்களைப் பாடுவார். வருஷ பூர்த்திக் கொண்டாட்டங்களில் புதிய செய்யுட்கள் செய்து வாசிப்பார்.

(நினைவு மஞ்சரி, ‘சுப்பிரமணிய பாரதியார்’, ப. 237)

எனவும்,

> இந்தக் காலேஜில் மாணவர் தமிழ்ச் சங்கமொன்று நெடுநாட்களாக நடந்து வருகிறது. நான் இருந்த காலத்தில் அந்தச் சங்கத்தில், மதுரையில் இப்போதுள்ள தமிழ்ச் சங்கத்தை ஸ்தாபித்தவரும் பாலவனத்தம் ஜமீன்தாருமாகிய ஸ்ரீமான் பொ. பாண்டித்துரைத் தேவர், துரைத்தன நிர்வாக அங்கத்தினராக இருந்த வி. கிருஷ்ணசாமி ஐயர், ஜஸ்டிஸ் பி.ஆர். சுந்தரமையர் முதலியவர்கள் ஆண்டு நிறைவு விழாக்களில் அக்கிராசனம் வகித்துப் பேசியிருக்கிறார்கள். ஸ்ரீ ஸி. சுப்பிரமணிய பாரதியார்

இரண்டு மூன்றுமுறை பிரசங்கம் செய்திருக்கிறார். வேறு அறிஞர் பலரும் பிரசங்கங்கள் செய்ததுண்டு.

(Presidency College, Madras, Centenary Commemoration Book, 'என்னுடைய ஞாபகங்கள்', ப. 90)

எனவும் பதிவுசெய்துள்ளார்.

1905இல் பாரதி 'கருணை' என்னும் தலைப்பிலும் (ஏப்ரல் 1905), 'பட்டணத்து பிள்ளையின் வாழ்க்கை யாராய்ச்சி', 'பட்டினத்துப் பிள்ளையின் வாழ்க்கையும் உபதேசமும்' என்னும் தலைப்புகளிலும் (3.5.1905, 9.5.1905) சொற்பொழிவுகள் ஆற்றியதோடு, குருசாமி என்னும் மாணவர் 'திருவள்ளுவர் மாண்பு' என்னும் பொருளில் ஆற்றிய சொற்பொழிவுக்குத் தலைமைதாங்கி 23.8.1905இல் திருக்குறளைக் குறித்து விரிவாகப் பேசியுமிருக்கின்றார். பட்டினத்தார் குறித்த இரண்டு உரைகளும் ஒரே பொருண்மையிலான இரு உரைகளாதல் வேண்டும். பட்டினத்தார் குறித்த சொற்பொழிவுகளுக்குத் து.அ. கோபிநாத் ராவ், பூவை கலியாணசுந்தர முதலியார் ஆகியோர் தலைமை தாங்கியுள்ளனர். து.அ. கோபிநாத் ராவ் புகழ்பெற்ற கல்வெட்டியல் அறிஞர்; அஷ்டாவதானி எனப் போற்றப்பட்ட பூவை கலியாணசுந்தர முதலியார் தமிழ் யாப்பியல் வரலாற்றில் குறிப்பிடத்தக்க புலவர். இச்சொற்பொழிவுகளின் எழுத்துவடிவம் 'இந்தியா' இதழில் ஒரு தலைப்பிலேயே தொடர்ந்து வெளிவந்தது. 'கருணை' என்னும் தலைப்பிலான சொற்பொழிவும் திருவள்ளுவர் குறித்த தலைமையுரையும் 'சுதேசமித்திரன்' இதழ்களில் வெளிவந்தன. இந்த மூன்று சொற்பொழிவுகளும் 1905ஆம் ஆண்டிலேயே நிகழ்ந்துள்ளன. கிடைத்துள்ள இந்தப் பதிவுகளும் முப்பது ஆண்டுகளுக்குப் பின்னர் உ.வே.சா. நினைவுகூர்ந்த "ஸ்ரீ ஸி. சுப்பிரமணிய பாரதியார் இரண்டு மூன்று முறை பிரசங்கம் செய்திருக்கிறார்" என்னும் பதிவும் ஒத்து அமைந்துள்ளன.

~

1906ஆம் ஆண்டின் தொடக்கத்தில் ஆங்கிலேய அரசாங்கம் புத்தாண்டையொட்டி அறிவித்த விருதுகளுள் ஒன்று உ.வே. சாமிநாதையருக்கு 'மஹாமஹோபாத்தியாய' என்னும் பட்டமாகும். இதையொட்டித் தமிழ்நாடெங்கிலுமிருந்தும் வரவேற்பும் பாராட்டுகளும் உ.வே.சா.வை நோக்கிக் குவிந்தன. உ.வே.சா. தமது நாட்குறிப்பில் 1906 மார்ச் 6ஆம் தேதி "சன்னது கிடைத்தது" எனச் சுருக்கமாக ஒரு குறிப்பைப் பதிவுசெய்துள்ளார். இந்தப் பதிவு புத்தாண்டையொட்டி அறிவிக்கப்பட்ட விருது நேரடியாக வழங்கப்பட்ட நாளாகலாம் (உ.வே.சா. நாட்குறிப்பு, ப. 38). இராசதானிக் கல்லூரியின் தமிழ் மாணவர் சங்கமும்

1906 மார்ச் 17ஆம் நாள் மாலை ஒரு கொண்டாட்ட நிகழ்ச்சிக்கு ஏற்பாடு செய்தது. தமிழ் மாணவர் சங்கச் செயலாளர் ஓர் அழைப்பு மடலைப் பலருக்கும் முதல்நாள் அனுப்பியிருக்கிறார். விழா நாளன்று 'சுதேசமித்திர'னில் நிகழ்ச்சி குறித்த செய்தி வெளிவந்தது.

இந்த நிகழ்ச்சி குறித்த அழைப்பு மடல் பின்வருமாறு அமைந்திருந்தது.

ஊக்கமது கைவிடேல் முயற்சி திருவினையாக்கும்

இராஜதானிக் கலாசாலை

தமிழ்மாணவர் சங்கம், சென்னை.

ஐயா,

நிகழும் 1906 ஷ் மார்ச்சு 17 சனிக்கிழமை மாலை 4 – மணிக்கு இராஜதானிக் கலாசாலையில், பண்டித ஸ்ரீ சுவாமிநாத ஐயரவர்களுக்கு மஹோ மஹா உபாத்தியாயப் பட்டம் இராஜாங்கத்தார் அளித்திருப்பதைக்குறித்து நமது மனமகிழ்ச்சியைத் தெரிவிப்பதற்குக் கூடப்பெறுஞ் சபைக்கு, தங்களது நல்வரவை வேண்டுகிறோம்.

சூசீபத்திரம்

1. தேவாரம்,   3. வாத்தியங்கள்
                           ஹார்மோனியம் முதலியன,

2. சங்கீதக் கச்சேரி,   4. சிற்றுண்டி, தாம்பூலம்
                           முதலியன.

1906 ஷ் மார்ச்சு மீ 16ஃ.   இங்ஙனம், தங்கள் அன்பன்,
இ.க.த.மா.ச.   சோ.நா. சீனிவாசன்,
                           காரியதரிசி.

(உ.வே.சா. நூலகச் சேமிப்பு)

1906 மார்ச்சு 17ஆம் நாள் 'சுதேசமித்திர'னில் வெளிவந்த செய்திக் குறிப்பில்,

இராஜதானிக் கலாசாலைத் தமிழ் மாணவர் சங்கம்: இன்று மாலை 4–30 மணிக்கு மேற்படிச் சாலையில் தமிழ் வாசித்த பழைய மாணாக்கர்களும், புதிய மாணாக்கர்களும் கலாசாலைப் பிரசங்க மண்டபத்தில் உற்சாகக் கொண்டாட்ட நிமித்த மாகக் கூடுவார்கள். பாட்டுக் கச்சேரி நடக்கும். சிற்றுண்டி வழங்கப்படும். உபாத்தியாயர் உ.வே.

சாமிநாத ஐயரவர்களுக்கு கவர்ன்மெண்டார் மகாமஹோபாத்யாயப் பட்டமளித்ததைப் பற்றித் தங்கள் சந்தோஷத்தை வெளியிடுவார்கள். தமிழபிமானிகள் அனைவரும் வந்திருந்து கௌரவப் படுத்தும்படி வேண்டிக் கொள்ளப்படுகிறார்கள்.

(சுதேசமித்திரன், 17.3.1906, ப. 2)

என்னும் செய்தி இடம்பெற்றிருந்தது.

உ.வே.சா.வின் வாழ்க்கை வரலாற்றை நேரடியாகப் பழகியதன் அடிப்படையிலும் அரிய ஆதாரங்களின் அடிப்படையிலும் பிற்காலத்தில் 'என் ஆசிரியப்பிரான்' என்னும் நூலில் எழுதிய கி.வா. ஜகந்நாதன் இந்நிகழ்ச்சி நடந்த 1905–6ஆம் ஆண்டு இராசதானிக் கல்லூரித் தமிழ் மாணவர்கள் சங்க அறிக்கைப் பத்திரத்தில் இடம்பெற்றிருந்த பின்வரும் செய்தியை எடுத்தளித்திருந்தார்.

எங்கள் ஆசிரியரும், இச்சங்கத் தலைவருமாகிய மகா – ஸ்ரீ – ஸ்ரீ வே. சாமிநாதையரவர்கள் இராசாங்கத்தாரால் மகாமகோபாத்தியாயாப் பட்டம் சூட்டப்பட்ட விஷயத்தைக் குறித்துக் கொண்டாடுவதற்குச் சென்னைச் சர்வகலாசாலை அங்கத்தினர்களில் ஒருவராகிய மகா – ஸ்ரீ – ஸ்ரீ. ஜே.எம். வேலுப்பிள்ளை அவர்களுடைய அக்கிராசனத்தின் கீழ் இவ்வருஷம் மார்ச்சு மாதம் 17-ஆம் தேதி ஒரு முறை கூடியது. அப்போது மயிலாப்பூர், பி.எஸ். ஹைஸ்கூல் தமிழ்ப் பண்டிதர் மகா–ஸ்ரீஸ்ரீ இ.வை. அனந்தராமையர் அவர்களும் சுதேசமித்திரன் உதவிப் பத்திராதிபர் ஆகிய மகா–ஸ்ரீ.ஸ்ரீ சுப்பிரமணிய பாரதியார் அவர்களும் மற்றும் சிலரும் பாடல்களை நூதனமாக இயற்றிப் படித்தார்கள்.

(என் ஆசிரியப்பிரான், ப. 63)

தமிழ் மாணவர் சங்கச் செயலாளர் அனுப்பிய அழைப்பு மடல், 'சுதேசமித்திர'னின் செய்திக் குறிப்பு, தமிழ் மாணவர் சங்க ஆண்டறிக்கைப் பத்திரப் பதிவு ஆகிய மூன்றும் உ.வே.சா.விற்கு மகாமகோபாத்தியாய பட்டம் வழங்கப்பட்டதையொட்டி இராசதானிக் கல்லூரியில் நிகழ்ந்த கொண்டாட்டக் கூட்டம் 17.3.1906இல் நிகழ்ந்ததை உறுதிப்படுத்துகின்றன. இந்த நாளில்தான் பாரதி உ.வே.சா.வைப் போற்றிச் 'செம்பரிதி ஒளிபெற்றான்' எனத் தொடங்கும் மூன்று பாடல்களை எழுதிக் கொண்டாட்ட நிகழ்ச்சியிலே எடுத்துரைத்தார். இந்நிகழ்ச்சியில் பங்கேற்றுப் பாடல்

வாயிலாகப் பாராட்டுமாறு தாம்தான் வேண்டுகோள் விடுத்ததாகப் பாரதியின் இளமைக்கால நண்பரும் தமிழறிஞருமாகிய சோமசுந்தர பாரதியார்,

> மகாமகோபாத்தியாய சாமிநாத ஐயரவர்களுக்கு அப்பட்டம் கிடைத்ததற்காக விழவெடுத்த சென்னைச் சபையொன்றில் என் வேண்டுகோளுக்காக, இவர் உடன் பாடிப் படித்த மறக்கொணாக் கவிகளின்...
>
> (சுதேச கீதங்கள்–முதற்பாகம், ப. XXVIII)

எனக் குறிப்பிட்டிருந்தார். இந்த விழாவில் பாரதியார் வாசித்த பாடல்கள் இடம்பெற்ற காகிதத்தை வாழ்நாளெல்லாம் உ.வே.சா. போற்றிப் பாதுகாத்து வைத்திருந்தார். (இப்பொழுதும் பாரதியின் அந்த அரிய கையெழுத்துப்பிரதி உ.வே.சா. நூலகத்தில் உள்ளது.)

இதற்குப் பிந்தைய காலங்களில் இராசதானிக் கல்லூரி நிகழ்ச்சி எதிலும் பாரதி பங்கேற்றதாகப் பதிவுகள் கிட்டவில்லை. 'இந்தியா' பத்திரிகையின் ஆசிரியப் பொறுப்பு, தீவிரமான அரசியல் பங்கேற்பு முதலியன இதற்கான கால அவகாசத்தைப் பாரதிக்கு அளிக்கவில்லை எனக் கருதவேண்டியுள்ளது. நேரடிப் பங்கேற்பு இல்லாதபோதிலும் உ.வே.சா.வைக் குறித்துப் பாரதி பின்னரும் போற்றி எழுதியே வந்திருக்கின்றார்.

~

'மகாமகோபாத்தியாய' பட்டம் வழங்கியதையொட்டி எழுதிய கவிதையே உ.வே.சா.வைக் குறித்த பாரதியின் முதல் எழுத்துப் பதிவாக நமக்குக் கிடைக்கின்றது. மூன்று அறுசீர் ஆசிரிய விருத்தப் பாடல்களால் அமைந்த கவிதை இது. அக்காலப் பரப்பில் உ.வே.சா.வைக் குறித்து இரு பத்திரிகைகளில் வெளிவந்த ஒரு கவிதை பாரதி படைத்ததே எனல் தகும். பாராட்டு நிகழ்ச்சியில் இ.வை. அனந்தராமையர் கவிதை படைத்தபோதிலும் அக்கவிதை இதழில் வெளிவந்ததாகத் தெரியவில்லை. மதுரையிலிருந்து மதுரை மாணவர் செந்தமிழ்ச் சங்கத்தின் தலைவர் ம. கோபாலகிருஷ்ணையர் இயற்றிய பாடல் அக்காலத்தில் 'சுதேசமித்திர'னில் (8.2.1906) வெளிவந்திருந்தது. பாராட்டு நிகழ்ச்சியில் பாரதி சொல்லிய பாடல்கள் மறுநாளுக்கு மறுநாள் 'சுதேசமித்திர'னில் "சென்னை பிரஸிடென்ஸி காலேஜில் மிஸ்டர் ஸி. சுப்பிரமணிய பாரதி, மகாமகோபாத்தியாய சாமிநாதய்யரைப் பற்றிச் சொல்லியன" என்னும் தலைப்புக் குறிப்போடு வெளிவந்தன. பாரதியே ஆசிரியராக இருந்து நடத்திய 'சக்ரவர்த்தினி' மாத இதழில் (பிப்ரவரி, 1906) இப்பாடல்கள் வெளிவந்தபோது விரிவான உரைநடைக்

குறிப்பைப் பாரதி எழுதியிருந்தார். அக்குறிப்புள், பலவகைத் தானங்களிலும் சிறந்தது நல்லறிவுத் தானமே என்பதனை விளக்கி, "பிரமஸ்ரீ உ.வே.சாமிநாத ஐயர் மேற்கூறப்பட்ட பெருந்தருமத்தை நன்கு புரிந்தவர். சிந்தாமணி, சிலப்பதிகாரம், மணிமேகலை முதலிய பழந்தமிழ் நூல்களை இன்று நம்மவர் கற்றுக் களிப்பது சாமிநாத ஐயருடைய கருணை மிகுதியாலல்லவோ? இவருக்கு கவர்ன்மெண்டார் "மஹாமஹோபாத்தியாய"ப் பட்டம் கொடுத்துப் பெருமைப்படுத்தியது மிகவும் பொருத்தமுடைய விஷயமே" எனப் போற்றியிருந்தார். பாரதியார் அக்காலப்பரப்பில் இந்திய விடுதலை இயக்கத் தலைவர்கள் சிலரையும், இரவிவர்மா, சுப்பராம தீட்சிதர் ஆகியோரைப் பற்றியுமே தனிமனிதர்களைப் பொறுத்தவரை கவிதைகள் படைத்திருந்தார்.

~

இதற்குப் பின்னர்ப் பாரதி உ.வே.சா.வைக் குறித்து எழுதியனவெல்லாம் உரைநடைப் படைப்புகளே. அவை அனைத்தும் பாரதி ஆசிரியராகச் செயல்பட்ட 'இந்தியா' இதழிலும் ஆங்கில 'பால பாரதா' இதழிலும் வெளிவந்தனவாகும். சென்னையிலிருந்து பாரதி புதுவைக்குச் சென்றபிறகு அங்கிருந்து நடத்திய 'இந்தியா' இதழிலும் எழுதியிருக்கின்றார்.

'தென்றலுடன் பிறந்த பாஷை' (இந்தியா, 4.8.1906), 'அழியாப் புகழ்கொண்ட ஓர் பழங்காலத் தமிழ் மாது' (இந்தியா, 8.9.1906), 'சென்னை பிரஸிடென்ஸி காலேஜ் தமிழ்ச் சங்கம்' (இந்தியா, 20.10.1906), 'சென்னை கவர்ன்மெண்டாரும் டாக்டர் போப்பும்' (இந்தியா, 20.10.1906), *Vernacular Literature (Bala Bharata*, சனவரி, 1908), 'கன்னித் தமிழ்' (இந்தியா, 7.11.1908) என்னும் தலைப்புகளில் பாரதி எழுதிய கட்டுரைகளில் உ.வே.சா. குறித்த பதிவுகள் இடம்பெற்றுள்ளன. 'தென்றலுடன் பிறந்த பாஷை' கட்டுரையில் தமிழைக் குறித்து ஜி.யு. போப் பாராட்டி எழுதியதனைக் குறிப்பிட்டுவிட்டு, சென்னை இராசதானிக் கல்லூரி மாணவர் தமிழ்ச் சங்கத்தில் கூட்டமொன்று நடந்தபோது தமிழ்மொழியின் அருமை குறித்துப் பேச்சு வந்தபோது உ.வே.சா. பேசியதனைப் பாரதி நினைவுகூர்ந்திருந்தார்.

ஆங்கிலேய பாஷையின் இலக்கிய நூல்கள் எத்தனையோ அருமையான கருத்துகள் ததும்பிக் கிடப்பதாகச் சொல்கிறார்கள். அந்த பாஷை எனக்குத் தெரியாது. ஆதலால் அவ்விஷயத்தில் ஒருவிதமான அபிப்பிராயமும் என்னால் கொடுக்க முடியாது என்ற போதிலும், மேற்கண்டவாறு சொல்வோர் தமிழ்ப் பாஷையிலே அவ்விதமான

அருமையான விஷயங்கள் கிடையாதென்று சொல்லும்போது உடன் எனக்கு வருத்த முண்டாகிறது. இவ்வகுப்பினர்களுடன் நான் எத்தனை முறையோ சம்பாஷணை செய்திருக்கிறேன். அந்த சமயங்களிலே நான் இவர்களுடைய தமிழ் வன்மையைப் பரிசோதனை புரிந்திருக்கிறேன். இவர்கள் அத்தனை சிறந்த பண்டிதர்களென்று எனக்குப் புலப்படவில்லை. பழங்காலத்துத் தமிழ் நூல்களிற் பயிற்சி யில்லாத இவர்கள் அவற்றைப் பற்றி இழிவான அபிப்பிராயங் கொடுப்பதுதான் வெறுக்கத்தக்கதாக இருக்கின்றது என்று அப்பண்டிதர் முறையிட்டார்.

(இந்தியா, 4.8.1906, ப. 7)

பழந்தமிழ் நூல்களில் பயிற்சி இல்லாமல் ஆங்கிலப் பயிற்சி மட்டும் கொண்டோர் தமிழைக் குறித்துக் குறைகூறுவதற்கு உ.வே. சா. கொடுத்த பதிலடியைப் பாரதி இவ்வாறு நினைவுகூர்ந்துள்ளார்.

இதைப் போலவே மதுரைத் தமிழ்ச் சங்க வருடாந்தக் கூட்டத்தில் உ.வே.சா. சங்கப் பாடலொன்றை எடுத்துக்காட்டிப் பொருளை விரித்துரைத்ததை 'அழியாப் புகழ்கொண்ட ஓர் பழங்காலத் தமிழ் மாது' என்னும் கட்டுரையில் எடுத்துக்காட்டியுள்ளார். பாரதி குறிப்பிடும் மதுரைத் தமிழ்ச்சங்க வருடாந்தக் கூட்டம் 1906 மே 24ஆம் நாள் மதுரையில் நடைபெற்றது. இந்த நிகழ்ச்சி குறித்த பதிவுகள் மதுரைத் தமிழ்ச் சங்க மாத இதழாகிய 'செந்தமிழ்' பராபவ–ஐப்பசி (1906, அக்டோபர்) இதழில் வெளிவந்திருந்தன. ஆயினும் பாரதி எடுத்துரைக்கும் செய்திகள் 'செந்தமிழ்' இதழில் இடம்பெறவில்லை. எனவே மதுரைத் தமிழ்ச்சங்க ஆண்டுவிழாக் கூட்டத்தில் உ.வே.சா. பேசியதன் விரிவான விவரத்தை வேறு பதிவின் வாயிலாகவோ நேரடியாகவோ பாரதி அறிந்திருக்க வேண்டும். ஆண்டுவிழாத் தருணத்தில் பாரதி மதுரை சென்றிருந்தாரா என்பதனை அறிய இயலவில்லை. 'சுதேசமித்திரன்' நாளிதழில் மதுரையில் உ.வே. சா. பேசிய சொற்பொழிவின் முழுவடிவம் வெளிவந்திருந்ததா என்பதும் தெரியவில்லை. எவ்வாறாயினும் நேரில் கண்டது போல உ.வே.சா.வின் சொற்பொழிவில் இடம்பெற்றிருந்த செய்திகளை விரிவாகப் படிப்போர் உணர்வு பெறும்வண்ணம் எழுதியிருந்தார். காக்கைபாடினியார் நச்செள்ளையார் இயற்றிய 'நரம்பெழுந் துலறிய' எனத் தொடங்கும் பாடலின் வாயிலாகப் பழந்தமிழரின் வீரத்தை உரைத்து, ஆங்கிலேய நூல்கள் படிப்பதால் உண்டாகும் தேசபக்தி, பெருந்தன்மை முதலியவை தமிழ்ப் படிப்பினால் உண்டாகா என நினைப்பது பிழை என உ.வே.சா விளக்கியதனைப்

பாரதி எடுத்துரைத்திருந்தார். மேலும் இப்பழந்தமிழ்ச் செய்யுளோடு உருசிய சப்பானிய யுத்தத்தின்போது நிகழ்ந்த ஒரு செய்தியையும் இணைத்துக் காட்டியிருந்தார். தேசபக்தி உணர்வை ஊட்டும்வகையில் இந்த எழுத்தோவியத்தில் பாரதி உ.வே.சா.வின் சொற்பொழிவை மேற்கோள் காட்டியிருந்தார்.

இராசதானிக் கல்லூரியில் 1906 அக்டோபர் மாதம் தமிழ்ச் சங்கத்தின் ஆண்டுவிழா நடைபெற்றது. மதுரைத் தமிழ்ச் சங்கத்தின் பாண்டித்துரைத் தேவர் வருகை தந்து சபையில் தலைமை வகித்தார். அந்தப் பெருவிழா குறித்துப் பாரதி விரிவாக 'இந்தியா' (20.10.1906) இதழில் எழுதியுள்ளார். அப்போதுதான் பாரதி உ.வே.சா.வைத் தற்காலத்திலே தமிழரசராக விளங்குபவர் எனவும், அவரோடு எப்போதும் பழகுகின்ற மாணாக்கர்கள் உ.வே. சா.வின் விடாமுயற்சி, தாய்மொழியிடத்தன்பு ஆகியவற்றைப் பயின்றுகொள்ளவேண்டும் எனவும் குறிப்பிட்டிருந்தார். நிகழ்ச்சி குறித்து விரிவாக எழுதிய பாரதி, "சாதாரணமாக ஒருவரது உபந்நியாசத்திலே பிழை சொல்ல வேண்டுமென்ற மூட எண்ணம் நமக்குக் கிடையாது" எனக் கூறிவிட்டுச் சில விமர்சனங்களையும் முன்வைத்திருந்தார். நிகழ்ச்சியில் "ஐரோப்பிய பூஜை" மிகுதியாகவே நடந்தேறியதாகவும் சாடியிருந்தார்.

'சென்னை கவர்ன்மெண்டாரும் டாக்டர் போப்பும்' என்னும் கட்டுரையில் ஆங்கிலேய அரசாங்கம் ஜி.யு. போப் தொகுக்கவுள்ள தமிழ் அகராதிக்குப் பெரிய அளவில் நிதியுதவி செய்யவுள்ளமை பற்றிக் குறிப்பிட்டுவிட்டு, அவரைக் காட்டிலும் உ.வே.சா. இந்தப் பணிக்குப் பொருத்தமானவர் எனக் கருத்துரைத்திருக்கின்றார். மேலும் பழங்காலத்து நூல் பிரசுரிக்கும் விஷயத்திலே உ.வே. சா. பட்டிருக்கும் சிரமங்களையும் சுட்டிக்காட்டியிருந்தார். முத்தாய்ப்பாகத் தமக்கே உரிய கவித்துவத்துடன் உ.வே. சா.விற்குக் கலைமகள் அருள் முழுமையாக இருந்தபோதிலும் ஆங்கிலேயர்களின் அருள் ஜி.யு. போப்பிற்கே வாய்த்திருக்கின்றது என்பதனை,

> ஆனால் வெள்ளை நிறங்கொண்ட தேவியின் அனுக்கிரகம் சாமிநாதய்யரவர்களிடம் பரிபூர்ணமாக இருந்தபோதிலும், வெள்ளை நிறங்கொண்ட தேவர் (ஐரோப்பியர்)களின் கிருபை போப் பாதிரியாரிடம் நிரம்ப இருக்கின்றது.
>
> (இந்தியா, 20.10.1906)

என நயம்பட நவின்றிருந்தார்.

'கன்னித்தமிழ்' என்னும் தலைப்பில் எழுதிய கட்டுரையில்

மீண்டும் உ.வே.சா.வின் சொற்பொழிவு ஒன்றைப் பாரதி எடுத்துக்காட்டியுள்ளார். இது அவர் புதுவையிலிருந்தபோது 1908 நவம்பரில் எழுதியதாகும். பாரதியின் புகழ்பெற்ற பாடற்பகுதிகளுள் ஒன்று,

"புத்தம் புதிய கலைகள் – பஞ்ச
பூதச் செயல்களின் நுட்பங்கள் கூறும்;
மெத்த வளருது மேற்கே – அந்த
மேன்மைக் கலைகள் தமிழினில் இல்லை.
சொல்லவுங் கூடுவ தில்லை – அவை
சொல்லுந் திறமை தமிழ்மொழிக் கில்லை
மெல்லத் தமிழினிச் சாகும் – அந்த
மேற்கு மொழிகள் புவிமிசை யோங்கும்"
என்றந்தப் பேதை உரைத்தான் – ஆ!
இந்த வசையெனக் கெய்திட லாமோ!

(கால வரிசையில் பாரதி பாடல்கள், 'தமிழ்த் தாய்', ப. 783)

என்பதாகும். இப்பாடலில், 'மெல்லத் தமிழ் இனிச் சாகும்' என உரைத்த 'அந்தப் பேதை'யென்று பாரதியால் சுட்டப் பெறுவது யார் என்பது குறித்து மிகப் பெரிய ஆராய்ச்சியெல்லாம் நடந்திருக்கிறது. பாரதியின் கட்டுரைப் பகுதியையே எடுத்துக்காட்டிய ம.பொ.சி., பேதை எனச் சுட்டப்பட்டவர் பச்சையப்பன் கல்லூரி முதல்வராக இருந்த ரோலோ என்பவரே என 1955ஆம் ஆண்டிலேயே (செங்கோல், 11.9.1955, ப. 11) எழுதியுள்ளார். இதனை அறியாமல் சீனி. விசுவநாதன் தாம் கண்டறிந்தது எனும் தொனியில் சில காலம் முன் ரோலோவைக் குறிப்பிட்டு எழுதினார். 1916இல் 'மாடர்ன் ரிவியூ' இதழில் திருநெல்வேலி இந்து கல்லூரிப் பேராசிரியர் கே.ஏ. நீலகண்டன் என்பவர் (பிற்காலத்தில் புகழ்பெற்ற வரலாற்றறிஞர் கே.ஏ. நீலகண்ட சாஸ்திரி) வரலாற்றுப் பாடத்தைக் கற்பிக்கத் தமிழைக் காட்டிலும் ஆங்கிலமே ஏற்றதாக உள்ளது என எழுதியிருந்தார். இதனைக் கண்ட பாரதி "ஸ்ரீ நீலகண்டையரின் நிலைமையை நினைத்து நான் மிகவும் வருத்தப்படுகிறேன். சொந்த பாஷையை நேரே பேசத் தெரியாதவர்கள் சாஸ்திர பாடங்கள் நடத்தும் விநோதத்தை இந்தத் தேசத்திலேதான் பார்த்தோம். புதுமை! புதுமை!! புதுமை!!! மேலும் இவர் தமக்குத் தாய்மொழி தெரியாதென்ற செய்தியை வங்கப் பத்திரிகைக்கு ஏன் எழுதப் போனார் என்பது எனக்கு அர்த்தமாகவில்லை" என 3.4.1916 'சுதேசமித்திர'னில் (பாரதி தமிழ், ப. 102) எழுதினார். பாரதியின் இந்த எழுத்தின் அடிப்படையில் பேதை எனப் பாரதியால் சுட்டப்பட்டவர் இவரே எனும் கருத்தை அ.கா. பெருமாள்

உள்ளிட்டோர் முன்வைத்துள்ளனர். ஆனால் இவற்றில் தமிழ்மொழி இறந்துபோய்விடும், அழிந்துபோய்விடும் எனும் கூற்று இடம்பெறவில்லை என்பது நோக்கத்தக்கது. இவற்றுக்கு மாறாக,

தமிழ்ப் பாஷைக்குள்ள குறைகள்

(ஒரு பீ.ஏ. பரீக்ஷை தேறிய பிராமண
வாலிபனுடைய எண்ணங்கள்)

வாலிபனுக்கும் புலவனுக்கும் சம்பாஷணை

வாலிபன்: தமிழ்ப் பாஷை ஒன்றுக்கும் பிரயோஜன மில்லை. இது சீக்கிரம் அழிந்தால்தான் நமது நாடு பிழைக்கும்.

புலவன்: ஏதப்பா, உனக்கு இந்த பாஷையிலே இவ்வளவு கோபம் உண்டாயிருக்கின்றது?

வாலிபன்: இப்போது உலகம் எவ்வளவோ மாறிப்போய்விட்டது. மனிதனுடைய அறிவு எவ்வளவோ விசாலமடைந்து போயிருக்கின்றது.

வானத்திலுள்ள கிரகங்கள், நக்ஷத்திரங்கள் முதலியவற்றை யெல்லாம் மனித அறிவு ஊடுருவிச் சென்றிருக்கிறது. பதார்த்தங்களின் அணுக்களிலே யெல்லாம் மனுஷ புத்தி நுழைந்து சென்றிருக்கிறது. பிரகிருதி விநோதங்களை மனிதன் எவ்வளவோ அதிகமாக ஆராய்ச்சி செய்திருக்கிறான்.

சமுத்திரத்து ஜலமனைத்தையும் குடத்துக்குள்ளே எப்படி அடைக்க முடியும்? அதுபோலவே அளவின்றி விரிந்து கிடக்கும் மனுஷ புத்தியின் நவீன சலனங்களை யெல்லாம் உம்முடைய பண்டைக் காலத்துத் தமிழிலே கொண்டு நுழைப்பது மிகவும் பிராணாபத்தா யிருக்கின்றது. நாம் நாகரிகமடைய வேண்டுமானால் இந்த தமிழ்ப் பாஷையை முற்றிலும் கைவிட்டு விடவேண்டும்.

(இந்தியா, 23.2.1907, ப. 8)

எனப் பாரதியே எழுதியுள்ளபடி, பாரதியைச் சந்தித்த ஒரு பிராமண இளைஞனே தமிழ்மொழி விரைவில் அழிந்தால்தான் நாடு பிழைக்கும் எனவும், புதிய புதிய அறிவியல், தொழில்நுட்பங்களை எடுத்துரைக்கும் வல்லமை தமிழ்மொழிக்கில்லை எனவும் கடுமையாகப் பாரதியிடம் கூறியிருக்கிறான். ம.பொ.சி.யும் சீனி.

விசுவநாதனும் குறிப்பிடும் ரோலோவோ, அ.கா. பெருமாள் முதலியோர் குறிப்பிடும் நீலகண்டையரோ தமிழ்மொழி அழிந்துபோதல் வேண்டும் எனப் பேசவில்லை. மேலும் ரோலோவைப் பற்றிப் பாரதி எழுதுமிடத்தில், "ஆதலால் மிஸ்டர் ரோலோவை நாம் குற்றஞ் சொல்வது பயனில்லை" (*கால வரிசையில் பாரதி படைப்புகள் (கால வரிசையில் கண்டறிய வேண்டியவை)* தொகுதி 14, ப. 405) என்றே எழுதியிருக்கின்றார். குற்றம் சொல்வது பயனில்லை என்று கூறிவிட்டுப் பாரதியே அவரைப் பேதை எனவும், கொன்றிடல் போலொரு வார்த்தை கூறினன் எனவும் பாடியிருக்க மாட்டார். எனவே பேதை என்பது ரோலோவையோ நீலகண்டையரையோ குறிக்கவில்லை. பாரதியோடு உரையாடிய பிராமண இளைஞனையே குறிக்கிறது. இந்த இளைஞனையொத்த சிந்தனையுடையவர்கள் பலர் அக்காலத்தில் இந்தியாவெங்கும் இருந்திருக்கின்றனர். உ.வே. சா. 'கன்னித்தமிழ்' குறித்துப் பேசிய இடத்தில் இவர்களையே மனத்திலெண்ணி,

> அன்னியர்களைக் குறைகூறிப் பயனில்லை. தமிழ்ப் பாஷையின் செல்வங்களை யெல்லாம் தக்கவாறு பயன்படுத்திக் கொள்ளாத குற்றம் நம்மவர்களையே சார்ந்ததாகும். எவ்வாறாயினும் நமது தாய்மொழி ஸாமானியத்தில் இறந்துவிடக் கூடியதன்று. பெரியோர்கள் இதனைக் "கன்னி"த் தமிழ் என்று பெயரிட் டழைத்திருக்கிறார்கள். இது எக்காலமும் வனப்பும் இளமையும் மாறாத கன்னிகையாகும். இதற்கு முதுமையே கிடையாது. மரணமுமில்லை
>
> (*இந்தியா*, 7.11.1908, ப. 3)

எனக் குறிப்பிட்டுள்ளார். பாரதியும் உ.வே.சா.வின் பேச்சை மேற்கோள் காட்டி,

> தமிழ்ப் பாஷை இறந்து போய்விடுமென்றும், நமது நாட்டில் எல்லா பாஷைகளுக்குமே பிரதியாக இங்கிலீஷ் பாஷை ஏற்படுமென்றும் நம்பிய மூடர்கள் சுமார் 10 வருஷங்களின் முன்பு நமது ஜனங்களிலே பலர் இருந்தார்கள். இப்போதுங்கூட அந்நம்பிக்கையுடையவர் ஆங்கிலேயர்களிலே அனேகர் இருக்கிறார்கள். இந்தியாவிலுள்ள பாஷைகளெல்லாம் மடிந்துபோய், அவற்றினிடத்திலே இங்கிலீஷ் நிலவிவருமென்பது இவர்களுடைய எண்ணம்.
>
> (*இந்தியா*, 7.11.1908, ப. 3)

என எழுதியுள்ளார். தமிழ் அழிந்துவிடும் என எண்ணியவர்களுக்குப் பதிலளிப்பது போலத்தான் உ.வே.சா.வும் அச்சொற்பொழிவில் பேசியிருக்கின்றார். பாரதியின் பாடல் கருத்துக்கு முன்னோட்டமாக அமைவன எனும் நிலையில் பாரதியின் இந்த உரைநடை எழுத்தும் அவர் மேற்கோள் காட்டிய உ.வே.சா. உரையும் முக்கியத்துவம் கொண்டவையாகும்.

1908ஆம் ஆண்டு இறுதியில் புதுவையில் புகலடைந்த பாரதியார் 1918 நவம்பர் வரை புதுச்சேரியில் வாழ்ந்தார். இந்தக் காலகட்டத்தில் ஒருமுறை பாரதியும் உ.வே.சா.வும் சந்தித்திருக்கின்றனர். புதுவையில் சங்கர ஜயந்தி விழாவில் சிலப்பதிகாரம் குறித்து உரையாற்றவந்த உ.வே.சா.வைப் பாரதி கண்டு பேசியுள்ளார். தன்னுடைய பணிகளையும் உ.வே.சா.வின் பணிகளையும் இணைத்துக் கருத்தொன்றை மொழிந்திருக்கின்றார். இதனைக் கி.வா. ஜகந்நாதன் பின்வருமாறு எடுத்துரைத்துள்ளார்.

1918-ஆம் ஆண்டு மே மாதம் 15-ஆம் தேதி புதுச்சேரியில் சங்கர ஜயந்தி நடந்தது. அந்த விழாவுக்குத் தலைமை தாங்க வேண்டுமென்று ஆசிரியப்பெருமானை அந்த ஊரில் இருந்த கல்லூரிப் பேராசிரியர் சுவாமிநாத தீக்ஷிதர் அன்புடன் அழைத்தார். ஆசிரியர் ரெயிலில் புறப்பட்டு இ.வை. அனந்தராமையருடன் அங்கு போய்ச் சேர்ந்தார். அந்தக் காலத்தில் பாரதியார் புதுச்சேரியில் வாழ்ந்துகொண்டிருந்தார்.

ஆசிரியப்பெருமான் அந்த விழாவில் சிலப்பதிகாரத்தைப் பற்றிப் பேசியதோடு, பழங்காலத்துப்பெண்களின்நிலைஎவ்வாறுஇருந்தது என்பதைப் பற்றி விரிவாகப் பேசினார். அந்தக் கூட்டத்திற்குப் பாரதியாரும் வந்திருந்தார். ஆசிரியப் பெருமானைப் பார்த்துத் தம்முடைய வணக்கத்தைத் தெரிவித்துக் கொண்டார். மகாமகோபாத்தியாயப் பட்டம் பெற்றபோது பாரதியார் ஆசிரியரைப் பற்றிப் பாடிய பாடல்களைப் பாராட்டி ஆசிரியரும் பாரதியாரிடம் தம்முடைய மகிழ்ச்சியையும் நன்றியையும் தெரிவித்தார்.

"நான் புதுமைப் புலவன். நீங்கள் பழம்புலவர்களையெல்லாம் வாழச் செய்கிறீர்கள். புலவர் பரம்பரை அழியாமல் காப்பவன் நான். நீங்கள் பழம் புலவர்களைத் தமிழ் மக்கள் மறவாமல்

செய்கிறீர்கள். தமிழ்நாட்டில் புலவர் பரம்பரை என்றைக்கும் வாழும். தமிழும் இறவாமல் ஒளிபெற்று விளங்கும். உங்களுக்கு என் மனமார வாழ்த்துக் கூறுகிறேன்" என்று பாரதியார் கூறினார்.

(என் ஆசிரியப்பிரான், ப. 122)

புதுவையிலிருந்து வெளியேறியபின் குறுகிய காலப் பயணமாகப் பத்தாண்டுகளுக்குப்பின் முதன்முறை பாரதி சென்னைக்கு வந்து சென்றார். 1919 பிப்ரவரி இறுதி தொடங்கி ஏப்ரல் முதல் வாரம் வரை சென்னையில் அவர் இருந்ததையும் சொற்பொழிவுகள் நிகழ்த்தியதையும் உறுதிபட அறியமுடிகின்றது. பாரதியின் இந்தச் சென்னைப் பயணம் நிகழ்ந்துகொண்டிருக்கும் காலத்தில் உ.வே.சா. இராசதானிக் கல்லூரி ஆசிரியப் பணியிலிருந்து ஓய்வுபெற்றுவிட்டார்.

தனது விடுதலைக்குப்பின் பாரதியின் இரண்டாம் சென்னைப் பயணம் 1920 செப்டம்பரில் நிகழ்கிறது. ஏறத்தாழ ஓராண்டு சென்னையில் வாழ்கிறார். 'சுதேசமித்திரன்' உதவி ஆசிரியராகப் பணிபுரிகின்றார். இந்தக் காலத்தில் இருவரும் சந்தித்துக்கொண்ட செய்திகள் ஏதும் கிட்டவில்லை. ஆயினும் இக்காலத்தில் ஒரு முக்கியமான நிகழ்வு நேர்கின்றது. 1920 டிசம்பர் 9ஆம் தேதி 'சுதேசமித்திர'னில் உ.வே.சா.வின் பதிற்றுப்பத்து, ஐங்குறுநூறு ஆகிய நூற்பதிப்புகளுக்கு விரிவான மதிப்புரை வெளிவருகின்றது. பாரதி 'சுதேசமித்திர'னில் பணிபுரிந்த காலம் இது. பொதுவாகச் 'சுதேசமித்திர'னில் விரிவான மதிப்புரைகள் இடம்பெறுவதில்லை. விரிவாக இடம்பெற்ற இந்த மதிப்புரையில் எழுதியவர் பெயர் இல்லை. மதிப்புரை எழுதியவர் பெயரை வெளியிடும் மரபு அக்காலத்தில் கிடையாது. ஆயினும் இந்த மதிப்புரையின் மொழிநடையும் சொல்லாட்சிகளும் முத்திரைத் தொடர்களும் பாரதியால் எழுதப்பட்டவை என்பதை உணர்த்துகின்றன ('பாரதியும் சங்க இலக்கிய மதிப்புரைகளும்', காலச்சுவடு, சூலை 2023,). இந்த மதிப்புரையில் உ.வே.சா.வின் இடத்தையும் சங்க இலக்கியங்களின் அருமைப்பாட்டையும் சங்க இலக்கியத்தை அனைவரும் அனுபவிக்கும் வகையில் எளிய உரையெழுதிப் பதிப்பிக்கவேண்டிய தேவையையும் மனங்கொள்ளுமாறு பாரதி எடுத்துரைத்துள்ளார்.

உத்தமதானபுரம் மஹாமஹோபாத்ய ஸ்ரீமான் வே. சாமிநாதையர் தமிழ் பாஷைக்கு நவீன உலகத்தில் மதிப்புத் தேடிக் கொடுத்தவர்களிலே முக்ய புருஷர். இவர் இவ்வருஷத்தில் இரண்டாம் பதிப்பிட்டு

வெளிப்படுத்திய இரண்டு சிறந்த பண்டைத் தமிழ் நூல்கள் நமது பார்வைக்கு வந்திருக்கின்றன.

எனவும்,

இயற்கை யழகுகளை உள்ளபடி வர்ணிப்பதில் பண்டைக் காலத் தமிழ்ப் புலவருக்கிருந்த அபார சக்தியும், பண்டைத் தமிழ்நாட்டின் சரித்திரச் செய்திகள் பலவும், பண்டைக் காலத் தமிழ் நாகரிகத்தின் இயல்பும் – இந்நூலைப் படிப்பவர்களுக்கு நன்றாக விளங்கும்.

எனவும்,

இனி, மிகவும் அற்புதமான தமிழில் பாடப்பட்டிருக்கும் முதலாவது மருத நூற்றிலுள்ள முதலதாகிய வேட்கைப் பத்தில் இரண்டு திருஷ்டாந்தங்க ளெடுத்துக்காட்டுவோம். இங்ஙனம் அப் பாட்டுக்களை யெடுத்துக்காட்டுமுன் மிக முக்யமான செய்தி யொன்று சொல்ல விரும்புகிறேன். இந்நூலிலுள்ள, ஆசிரியர் பெயர் குறிப்பிடாத பழைய உரையென்பது இந்நூலின் பாட்டுகளுக்கு முற்றிலும் சரியான உரை கூறவில்லை. சில இடங்களில் மாத்திரம் “கவிஹ்ருதயங்” காட்டும் சில விசேஷக் குறிப்புக்களிருக்கின்றன. மற்றப்படி அவ்வப் பாட்டின்கீழ் அதிற் குறிப்பிட்ட துறைகளின் விளக்கமிருக்கிறதேயன்றி, வேறொன்றுமேயில்லை. சங்கத் தமிழ் பலவித இனிமைகளும் சிறப்புக்களு முடையதாய் மிகத் தெளிந்த நடையிலிருப்பது எல்லார்க்குந் தெரிந்த விஷயமே யெனினும் அந்த நடை, அதில் விசேஷப் பயிற்சியில்லாத தமிழ் மக்கள் பிற்காலத்துத் தமிழ்க காவியங்களில் நல்ல பயிற்சியுடையோரெனினும், இவர்களுக்குச் சிறிதேனும் விளங்காமல் பெரும்பாலும் அன்ய பாஷைபோல் தோன்றக்கூடும். ஆதலால் மற்றொரு பதிப்பில், ஸாதாரணத் தற்காலத் தமிழ் மாணாக்கருக்கு விளங்கும்வண்ணமாக ஒருரை சேர்த்து வெளியிட ஏற்பாடு செய்தால், இந்நூல் பொது ஜனங்களுக்கும் பயன்படும். அதனால் தற்காலத் தமிழ் பாஷைக்கும் ஜனங்களின் அறிவுக்கும், புதிய விசால மேற்படுவதுடன் பிரசுரிப்போருக்கு ஏராளமான பொருள் லாபமுங்

கிடைக்கும். இங்ஙனம் தெரிவிப்பது இந்த ஒரு நூலைக் குறித்து மட்டுமன்று. பொதுப்படையாகச் சங்கத்து நூல்கள் எவற்றையுமே அச்சிடுவோர் இயன்றவரை, அவற்றுக்குத் தற்கால நடையில், தற்காலத்தார்க்குப் பொருள் விளங்கும்படியான உரையெழுதிவிடுதல் தமிழ் பாஷையின் அனுகூலங் களைக் கவனிக்குமிடத்தே, அவசியமாவது மட்டுமன்றி, அச்சிடுவோர்க்கு நல்ல லாபம் விளைவிக்கு மென்பதையும் வற்புறுத்திச் சொல்லுகிறோம்

(சுதேசமித்திரன், 9.12.1920, ப. 8)

எனவும் பாரதி எழுதிச் சென்றுள்ளார். உ.வே.சா.வின் பதிப்புப் பெருமை பகரும் மதிப்புரை என்பதோடு சங்க இலக்கியங்கள் குறித்த ஆய்வு வரலாற்றிலும் இந்த மதிப்புரைக்குத் தனியிடம் உண்டு என்பது கருத்தில்கொள்ளத்தக்கது.

~~

3
பாரதி குறித்து உ.வே.சா.

உ.வே. சாமிநாதையரைக் குறித்துப் பாரதி கவிதையாய், கட்டுரையாய் எழுதிக் குவித்த காலகட்டத்தில், உ.வே.சா. பாரதியைக் குறித்து ஏதும் எழுத்தில் பதிவுசெய்ததாகத் தெரியவில்லை. ஆயினும் மகாமகோபாத்தியாயப் பட்டத்தை ஆங்கிலேய அரசு வழங்கியதையொட்டி இராசதானிக் கல்லூரியில் நிகழ்ந்த பாராட்டுக்கூட்டத்தில் பாரதியின் பாடல்கள் குறித்து, நிகழ்ச்சியின் இறுதியில் "பாரதியார் கவி இயற்றுவதில் மிகச் சிறந்தவர் என எனக்களித்த வரவேற்புப் பாக்களிலிருந்தே நன்கு விளங்குகின்றது" (கவிச்சக்கரவர்த்தி சுப்ரமண்ய பாரதி சரிதம், ப. 66) எனக் குறிப்பிட்டதாகப் பதிவொன்று உள்ளது. அந்நிகழ்வு குறித்த செய்திகளை நூலாசிரியர் ஆக்கூர் அனந்தாச்சாரி, உ.வே.சா.விடமிருந்தே கேட்டுப் பெற்றிருக்கக்கூடும். அந்நிகழ்வுக்குப் பின்னர் 'சுதேசமித்திரன்' ஆசிரியர் ஜி. சுப்பிரமணிய ஐயரை உ.வே.சா. சந்தித்துப் பாரதியாரின் அருமையை விளக்கிச் சொல்லி, அவரிடம் அதிகப் பரிவு காட்டும்படி கேட்டுக்கொண்டதாகவும் அதையொட்டிப் பாரதியாருக்கு மாதம் பத்து ரூபாய் சம்பள உயர்வு கிடைத்ததாகவும் பண்டிட் எஸ். நாராயண அய்யங்கார் (பாரதியைப் பற்றி நண்பர்கள், ப. 35) எழுதியுள்ளார். எனினும் இச்செய்தியை உறுதிப்படுத்த வாய்ப்பில்லை. மேலும் அவர் எழுதியுள்ள பல செய்திகள் ஆதாரபூர்வமாக அமையவில்லை. எவ்வாறாயினும் பாரதியின் கவிதையில் மகிழ்ந்து அவரை உ.வே.சா.

பாராட்டினார் என்பது மட்டும் உண்மையாகும். பாரதியாரின் பாராட்டுக் கடிதம் இடம்பெற்ற காகிதத்தையும் வெளிவந்த ‘சக்ரவர்த்தினி’ இதழையும் வாழ்நாளெல்லாம் உ.வே.சா. பாதுகாத்து வைத்திருந்தமையும் இதனை உறுதிப்படுத்துகின்றது.

பாரதியின் மறைவுக்குப் பின்பே பாரதி குறித்த உ.வே. சா.வின் கருத்துகள், மதிப்பீடுகள், பாராட்டுகள் எழுத்து வடிவில் வெளிப்படலாயின. இன்று நமக்குக் கிடைப்பனவற்றுள் காலத்தால் முந்தைய பாரதி குறித்த உ.வே.சா.வின் பதிவு என்பது அவர் பாரதி படத்திறப்பின்போது ஆற்றிய சொற்பொழிவேயாகும். சென்னை காங்கிரசு மாளிகையில் 1935 டிசம்பர் 28இல் காங்கிரசு பொன்விழாக் கொண்டாட்டம் மிகப்பெரும் அளவில் நிகழ்ந்தது. காங்கிரசு பேரியக்கத்தின் மூத்த தலைவர்களும் சமகாலத் தலைவர்களும் அதில் பங்கேற்றனர். நேரடியாகக் காங்கிரசில் பங்கேற்காதபோதிலும் காங்கிரசின்பால் அனுதாபம் கொண்ட பிரமுகர்களும் பங்கேற்றனர். இந்நிகழ்வில் பாரதியின் உருவப்படத்தை இராஜாஜி திறந்துவைத்தார். படத்திறப்பையொட்டிப் புதுத்தமிழை மீட்டிய நாயகரின் சிறப்பை எடுத்துரைக்கப் பழந்தமிழை மீட்ட நாயகர் அழைக்கப்பட்டிருந்தார். பாரதியாரின் வரலாற்றையும் சிறப்புகளையும் எடுத்துரைத்து விரிவான சொற்பொழிவை உ.வே.சா. ஆற்றினார். இந்த உரையின் எழுத்து வடிவம் ‘தினமணி’யில் கட்டுரையாக வெளிவந்ததாக அறியப்படுகின்றது (பாரதி மறைவு முதல் மகாகவி வரை, ப. 149). ‘சுப்பிரமணிய பாரதியார்’ என்னும் தலைப்பில் உ.வே.சா.வின் கட்டுரைத் தொகுதியான ‘நினைவு மஞ்சரி’ நூலில் ‘1936–இல் அகில இந்தியக் காங்கிரஸின் பொன்விழாவில் சென்னைக் காங்கிரஸ் மண்டபத்தில் பாரதியாருடைய படம் திறக்கப்பட்டபோது செய்த பிரசங்கம்’ (ப. 235) என்னும் குறிப்போடும் இடம்பெற்றிருந்தது; தொடர்ந்து இடம்பெற்று வருகின்றது. 1936 என உள்ளது 1935 என இருத்தல் வேண்டும். இதற்குமுன் பாரதியியல் வரலாற்றிலும் உ.வே. சா. குறித்த வரலாறுகளிலும் பாரதியின் படத்தைத் திறந்துவைத்த காங்கிரசு மாநாடு குறித்த செய்திகள் ‘சுதேசமித்தி’ரனிலிருந்து இடம்பெறவில்லை. ‘பாரதி மறைவு முதல் மகாகவி வரை’ நூலில் ‘ஜெயபாரதி’ இதழிலிருந்து படத்திறப்பு தொடர்பான பதிவு சுருக்கமாக இடம்பெற்றுள்ளது (பக். 140–142, 149). இப்போது முதன்முறையாகச் ‘சுதேசமித்திரன்’ (1.1.1936) நாளிதழிலிருந்து காங்கிரசு பொன்விழாக் கொண்டாட்டம், பாரதி படத்திறப்பு, உ.வே.சா.வின் சொற்பொழிவு முதலியன குறித்த செய்திகள் விரிவாகக் கண்டெடுக்கப்பட்டுள்ளன. உ.வே.சா.வின் பாரதி குறித்த சொற்பொழிவிற்கு இப்போது முதன்முறையாக இரண்டு வடிவங்கள் கிடைத்துள்ளன. எனினும் ‘நினைவு மஞ்சரி’யில் இடம்பெற்ற வடிவம் விரிவாகவும் சொற்பொழிவின்

எழுத்து வடிவமாகவும் காட்சிதருகின்றது. இப்போது 'சுதேசமித்திர'னிலிருந்து கிடைத்துள்ள வடிவம் 'சுதேசமித்திரன்' செய்தியாளர் செய்த செய்திப்பதிவு வடிவமாக, சுருக்கமாக உள்ளது. அதேவேளையில் பாரதியின் உருவப்படத் திறப்பு தொடர்பான பல செய்திகளை அறிந்துகொள்ள முடிகின்றது. இதுவரை கிடைத்த பதிவில் அகில இந்திய காங்கிரசின் பொன்விழா சென்னை காங்கிரஸ் மண்டபத்தில் கொண்டாடப்பட்ட காலம் 1936 என்றே பிழையாகக் குறிப்பிடப்பட்டு வந்துள்ளது. இப்போது கிடைத்துள்ள 'சுதேசமித்திரன்' பதிவால் 1935 டிசம்பர் 28 என்பது தெளிவாகின்றது.

பாரதியின் படத்தைத் திறந்துவைக்க அதனைக் காங்கிரசு கமிட்டிக்கு அளித்தவர் கே. பாஷ்யம் ஆவார். இந்தப் படத்தை வரைந்தவர் ஸாமி என்னும் காங்கிரசு தொண்டர் ஆவார். முதலில் இப்படத்தைத் திறந்துவைக்க இணங்காத சி. ராஜகோபாலாச்சாரியார் (இராஜாஜி) முடிவில் இணங்கியதாக நிகழ்ச்சியில் பேசிய கே. பாஷ்யம் குறிப்பிட்டிருக்கின்றார். காங்கிரசு தலைவர் சத்தியமூர்த்தி "தமிழ்நாட்டில் தேசபக்தியும் பாஷை பக்தியுமேற்படுமாறு செய்த கவி சுப்பிரமணிய பாரதியின் படத்தை ஸ்ரீமான் கே. பாஷ்யம் காங்கிரஸ் கமிட்டிக்களித்திருப்பதாயும் அது இன்று திறந்துவைக்கப்படுமென்றும்" மாநாட்டில் அறிவித்தார். படத்தை வழங்கிய கே. பாஷ்யம் பேசும்போது "தேசபக்தியே தெரியாத காலத்தில் பாரதியார்தான் தமது பாட்டுகளால் நமக்கு ஸ்வராஜ்ய அவாவை உண்டுபண்ணினார்" எனக் குறிப்பிட்டதோடு பாரதியாருடைய பாடல்களைப் பிற மொழிகளிலும் பிரபலப்படுத்த காங்கிரசு கமிட்டி ஏற்பாடு செய்ய வேண்டுமென்றும் கேட்டுக்கொண்டார். பாரதி பல வசன நூல்களை எழுதியிருப்பதையும் அவர் சுட்டிக்காட்டினார். அவருடைய சரியான புகைப்படம் கிடைக்கவில்லை எனவும் தெரிவித்திருந்தார். பாரதியின் படத்தை இராஜாஜி திறந்துவைத்துத் தனக்கு அளிக்கப்பட்ட இக்கௌரவம் முதன்மையானது என்று குறிப்பிட்டார். பாரதியாருக்கும் தமக்குமுள்ள தொடர்பை விரிவாக எடுத்துரைத்தார். இந்திய அளவில் காங்கிரசு இயக்கத்தில் அனுபவம் மிக்கவரும், பல மொழி, பல மாநிலச் சூழல்களை நன்கு அறிந்தவருமாகிய அவர் இந்தப் பேச்சில் ஒரு முக்கியமான கருத்தை வெளிப்படுத்தியிருக்கின்றார். "சுதந்தர தாகத்தையும் ஆவேசத்தையும் உண்டுபண்ணி எழுதிய முதலாவது கவி பாரதியாரே. சுதேச பக்தி சாஸ்திரத்தை அவர் உண்டுபண்ணியதாகக் கூறவேண்டும். மராத்தி, வங்கம் முதலிய பாஷைகளில் பல கவிகள் இருந்து பாராட்டப்பட்டபோதிலும் பாரதியைப் போல் அவ்வளவு நன்றாக எவரும் எழுதவில்லை. நமது தேசத்திலேயே பாரதியின் தேசீய கீதங்கள்தான் முதல்

தரமானவை என்பதை எல்லோரும் ஒப்புக்கொள்ளுமாறு செய்ய வேண்டும்" என்று குறிப்பிட்டிருந்தார். இதற்குப் பின்னர்ப் பாரதி குறித்த சொற்பொழிவினை உ.வே.சா. விரிவாக ஆற்றினார்.

பாரதி குறித்த சொற்பொழிவில் பாரதியார் பிறந்த எட்டயபுரத்தின் சிறப்பு, அவருடைய ஆங்கிலக் கல்வி, தமிழ்க் கல்வி, எட்டயபுரச் சூழல் தமிழில் ஏற்படுத்திய ஆர்வம், மதுரை சேதுபதிப் பள்ளியில் தமிழ்ப் பண்டிதராகப் பணியாற்றியமை, சென்னை வந்து ‘சுதேசமித்திரன்’ உதவி ஆசிரியராக விளங்கியமை, தானே ஆசிரியராக இருந்து பத்திரிகைகள் நடத்தியமை, இராசதானிக் கல்லூரியின் தமிழ்ச் சங்கக் கூட்டங்களுக்கு வாரந்தோறும் வருதல், சொற்பொழிவுகள் ஆற்றல், புதிய செய்யுட்கள் புனைந்து வாசித்தல் முதலியவற்றையெல்லாம் விரிவாக உ.வே.சா. முதலில் எடுத்துரைத்திருக்கின்றார். பின்னர் இராசதானிக் கல்லூரித் தமிழ்ச் சங்கக் கூட்டத்தில் ஒருமுறை வி. கிருஷ்ணசாமி ஐயர் ஆற்றிய சொற்பொழிவின் தாக்கத்தில் பாரதியார் ‘செந்தமிழ் நாடென்னும் போதினிலே’ என்னும் பாடலைப் பாடினார் என்பதனை விரிவாக விளக்கியுள்ளார்.

பாரதியாரின் கவிதைச் சிறப்புகளை மட்டுமல்லாமல் அவருடைய சொற்பொழிவுத்திறம், பாடல்கள் பாடும் திறம், அவருடைய உரைநடையின் அழகு, தமிழ்நாட்டில் எல்லோரும் பாரதி பாடல்களைப் பாடி மகிழும் நிலை, கடல் கடந்த நாடுகளான இலங்கை, பர்மா முதலிய நாடுகளிலும் பாரதி பாட்டுகள் பரவியுள்ளமை முதலியவற்றையெல்லாம் மிகச் சிறப்பாக விளக்கிக்காட்டியுள்ளார்.

> "பாரதியார் அழகாகப் பேசும் ஆற்றல் வாய்ந்தவர்."
>
> "இசைப்பாட்டுக்கள் பலவற்றைப் பாடியிருக்கிறார். இவர் சங்கீதத்திலும் பழக்கம் உடையவர்."
>
> "பாரதியாருடைய பாட்டும் எளிய நடையுடையது; வசனமும் எளிய நடையுடையது.... பாரதியாருடைய வசனம் சிறு வாக்கியங்களால் அமைந்தது; அர்த்த புஷ்டியுடையது."
>
> *(நினைவு மஞ்சரி, பக். 238–240)*

பாரதியாரோடு நேரடியாகப் பழகியதன் விளைவு உ.வே. சா.வின் முதல் இரு கூற்றுகள் ஆகும். உ.வே.சா.வின் முன்னிலையில் பாரதியார் ஆற்றிய சொற்பொழிவுகளும் பாடிய பாடல்களும் உ.வே.சா.வை இவ்வாறு விதந்து கூறச் செய்திருக்கின்றன. பாரதியாரின் உரைநடைச் சிறப்பைப் பொதுவாகப் பலரும் பேசாத காலத்தில் உ.வே.சா. சிறப்பித்துப் பேசியிருப்பது குறிப்பிடத்தக்கது.

பாரதியின் தேசபக்திப் பாடல்களின் சிறப்பையும் அப்பாடல்களைப் படைத்ததனால் அழியாத பெருமையைப் பாரதி அடைந்திருப்பதையும் உ.வே.சா. அழுத்தமாகக் குறிப்பிட்டுள்ளார். ஆங்கிலமொழி, வங்கமொழி முதலியவற்றில் பழக்கமுடைய பாரதி அந்த மொழிகளிலுள்ள முறைகளைத் தம் கவிதைகளில் அமைத்துள்ளார் எனவும் கூறியுள்ளார். தேவையற்ற வர்ணனைகளும் சொல்லடுக்குகளுமின்றிச் சங்கப் புலவர்களின் பாடல்களைப் போலத் தன்மை நவிற்சியணி விளங்கப் பாடல்களைப் படைத்துள்ளார் எனப் பாரதி பாடல்களின் இயல்பைச் சங்க இலக்கிய இயல்போடு ஒப்பிட்டுப் பேசியுள்ளார். பாரதி பாடல்களின் பொருண்மை நலன்களைத் தெய்வ பக்தியும் தேச பக்தியும் ததும்புபவை, இயற்கைப் பொருள்களின் அழகை விரித்துரைப்பவை, நீதிகளைப் புகட்டுபவை, உயர்ந்த கருத்துகளைப் புலப்படுத்துபவை என மொழிந்துள்ளார்.

பாரதியார் கவிதைகளின் சிறப்புகளைப் பலபட இச்சொற்பொழிவில் உ.வே.சா. எடுத்துப் பேசியுள்ளார். அவற்றில் உச்சமாகப் பாக்கள் ஐந்து வகைப்படும் எனக் குறிப்பிட்டு நாளிகேர பாகம், இக்ஷு பாகம், கதலி பாகம், திராக்ஷா பாகம், க்ஷீரபாகம் என அவற்றை விளக்கி, புலவர்கள் படைக்கும் பாடல்கள் தேங்காய், கரும்பு, வாழைப்பழம், திராட்சைப் பழம், பால் ஆகியன போன்ற தன்மையுடையவை என எடுத்துரைத்துப் பாரதி பாடல்கள் இவ்வகைகளுளெல்லாம் தலைசிறந்து விளங்கும் க்ஷீர பாகத்தை – பாலைப் போன்றவை, திராட்சா பாகமாக விளங்குபவை என்று பாரதி பாடல்களின் உயர்வை முன்வைத்துள்ளார். இவ்வாறு கூறுமிடத்தில் "குழந்தை முதல் யாவரும் உண்பதற்குரியதாகவும், இனிமை தருவதாகவும், உடலுக்கும் அறிவுக்கும் பயன்தருவதாகவும் இருக்கும் பாலைப்போல இருப்பது" (நினைவு மஞ்சரி, ப. 239) பாரதியாருடைய கவிதை என்று கவிதைச் சிறப்பை மொழிந்துள்ளார்.

இச்சொற்பொழிவில் இடம்பெற்றுள்ள உ.வே.சா.வின் ஓரிரு கருத்துகள் ஞாபகப் பிசகாக இடம்பெற்றுள்ளன. பாரதியார் மதுரைத் தமிழ்ச் சங்கத்தில் சில காலம் பயின்றார் என ஓரிடத்தில் கூறியுள்ளார். பாரதியாரின் புலமைமீது உ.வே.சா.விற்கு இருந்த மதிப்பு இவ்வாறு கூறவைத்துள்ளது எனலாம். பாரதி அங்குப் பயிலவில்லை. வி. கிருஷ்ணசாமி ஐயர் பேச்சின் தாக்கத்தால் 'செந்தமிழ் நாடென்னும் போதினிலே' பாடலைப் பாரதியார் பாடியதாகக் கூறுவதும் அத்தகையதேயாகும்.

சொற்பொழிவின் எழுத்துவடிவில் இடம்பெறாத சில செய்திகள் நேரடிச் சொற்பொழிவில் இடம்பெற்றிருந்தன என்பதனைச் 'சுதேசமித்திர'னின் செய்தியாளர் பதிவு

காட்டுகின்றது. "ஒரு மனிதரைப் பணத்திற்காகப் புகழ்வது என்பது அவரிடமில்லை", "இந்தியாவுக்கு வெளியில் பலவிடங்களிலும் பாரதியின் படங்கள் திறந்துவைக்கப்பட்டு அவருடைய பாட்டுகள் பாடப்படுகின்றன. அவருடைய பெயரைப் பத்திரிகைகளுக்கும் வைத்திருக்கிறார்கள்" என்னும் கூற்றுகள் கட்டுரை வடிவப் பதிவில் இடம்பெறாதவையாகும். மேலும் இராஜாஜியின் கருத்தொன்றை மறுப்பதுபோலவும் உ.வே.சா. பேசியிருக்கின்றார். அந்த மறுப்பிலும் பாரதியின் அச்சமில்லாத போக்கை உ.வே.சா. உணர்த்துகின்றார். அந்தப் பகுதி இதுதான். "முன் காலத்தில் தேச பக்தியைப் பற்றிப் பாடியவர்கள் இல்லையென்று ஶ்ரீமான் ராஜகோபாலாச்சாரியார் சொன்னதை நான் ஒப்புக்கொள்ளமாட்டேன். அப்போதும் பாடியிருக்கிறார்கள். ஆனால் இப்படி பகிரங்கமாக வெளியில் வந்து பாடியதில்லை. அதற்குப் பயம்தான் காரணம்". நிறைவாக உ.வே.சா., "இவருடைய புகழ் தமிழ்நாட்டின் புகழாகும்" எனக் கட்டுரை வடிவப் பதிவில் குறிப்பிட்டுள்ளார். சொற்பொழிவில் "தமிழ்க் கவிக்கு இந்தப் பொன்விழாக் காலத்தில் மரியாதை செய்ததற்கு என்னுடைய நன்றியைத் தெரிவித்துக்கொள்ளுகிறேன்" என நிறைவாகக் குறிப்பிட்டுள்ளார்.

காங்கிரசு பொன்விழாக் கொண்டாட்டத்தின்போது சொற்பொழிவாற்றியதும் சொற்பொழிவின் அடிப்படையில் கட்டுரை வரைந்ததும் அல்லாமல் 1936ஆம் ஆண்டிலேயே விடுதலைப் போராட்ட வீரர் ஆக்கூர் அனந்தாச்சாரி எழுதி வெளியிட்ட 'கவிச்சக்கரவர்த்தி சுப்ரமண்ய பாரதி சரிதம்' என்னும் நூலுக்கு உ.வே.சா. 4.8.1936இல் முகவுரை வழங்கியுள்ளார். முகவுரையில் "எட்டயபுரம் ஶ்ரீ சுப்பிரமணிய பாரதியாரை உலகம் நன்கறியும். பாரதி யென்றால் அவரேயென்று குறிப்பிடும் பெருமை வாய்ந்தவர் அவர். பெரியோர் முதல் பாலர் ஈறாக எல்லோராலும் நன்கறியப்பட்ட தகுதி வாய்ந்தவர். எனக்கு மிக்க பழக்கமுள்ளவர்" என்று பாரதியின் பெருமையையும் அவரோடு தமக்கிருந்த பழக்கத்தையும் சிறப்பாகக் குறிப்பிட்டிருக்கின்றார்.

உ.வே.சா., பாரதி இருவர்தம் காலத்தில் சென்னை மாகாணத்தின் முக்கியமான பிரமுகராக, அரசியலில் மிதவாத அணித் தலைவராக, நீதிபதியாக, கோபாலகிருஷ்ண கோகலேயின் நெருங்கிய நண்பராக, ஆங்கிலேய அரசாங்கத்தின் மிக உயரிய பதவியான கவர்னர் நிருவாக சபையின் அங்கத்தினர் பதவி வகித்தவராக விளங்கியவர் வி. கிருஷ்ணசாமி ஐயர் ஆவார். அரசியலில் எதிர்நிலையில் இருப்பினும், பாரதி யார் எனத் தெரியாமலேயே அவர் பாடக் கேட்டு; அவரது பாடல்களை முதன்முதலில் சிறு பிரசுரமாக அச்சிட்டு ஆயிரக்கணக்கில் வெளியிட உதவியவர் இவர். உ.வே. சாமிநாதையருக்கு மிக

நெருங்கிய பழக்கமுடையவர். இவரைக் குறித்துக் 'கலைமகள்' இதழில் தொடராக எழுதிவந்தபோது அவருடைய 'தமிழபிமானம்' குறித்து எழுதுகையில் பாரதியாரைப் பற்றி உ.வே.சா. விரிவாக எழுதியுள்ளார். இருவருக்குமான தொடர்பையும் குறிப்பிட்டுள்ளார்.

1940ஆம் ஆண்டு இராசதானிக் கல்லூரியின் நூற்றாண்டுக்காக ஒரு மலர் உருவாக்கப்பட்டது. இம்மலரில் தமது நினைவுகளை எழுதுமாறு அப்போதைய கல்லூரி முதல்வர் பாப்வொர்த் துரை உ.வே.சா.வைக் கேட்டுக்கொள்ள, 'என்னுடைய ஞாபகங்கள்' என்னும் தலைப்பில் விரிவாகத் தம் நினைவுகளை எழுதினார். அக்கட்டுரையில் மாணவர் தமிழ்ச் சங்கம் குறித்தும் எழுதியிருந்தார். தாம் பணிபுரிந்த காலத்தில் ஆண்டு விழாக்களில் பங்கேற்றவர்களைக் குறிப்பிடுகையில் மதுரைத் தமிழ்ச் சங்கத்தை நிறுவிய பாண்டித்துரைத் தேவர், துரைத்தன நிருவாக அங்கத்தினராக இருந்த வி. கிருஷ்ணசாமி ஐயர், நீதிபதி பி.ஆர். சுந்தரமையர் ஆகியவர்களை உ.வே.சா. சுட்டியுள்ளார். இந்தப் பெயர்களுக்கு அடுத்து அவர் குறிப்பிடுவது பாரதியை மட்டுமே. "ஸ்ரீ ஸி. சுப்பிரமணிய பாரதியார் இரண்டு மூன்று முறை பிரசங்கம் செய்திருக்கிறார். வேறு அறிஞர் பலரும் பிரசங்கங்கள் செய்ததுண்டு" (ப. 90) என எழுதியுள்ளார்.

இவ்வாறெல்லாம் பாரதியைக் குறித்தே பேச அழைக்கப்பட்ட சந்தர்ப்பத்திலும், வி. கிருஷ்ணசாமி ஐயர் வரலாற்றை எடுத்துரைக்கும் சூழலிலும், இராசதானிக் கல்லூரியின் வரலாற்றை வரையும் தருணத்திலும் பாரதியாரைக் குறித்து உ.வே.சா. விரிவாகவும் சுருக்கமாகவும் எடுத்துரைத்திருக்கின்றார்.

இவற்றைத் தவிரப் பாரதி குறித்துப் பிறர் ஆற்றிய உரைக்கும் அவர் தலைமைதாங்கியிருக்கின்றார். அச்சந்தர்ப்பங்களில் தலைமையுரையிலோ நிறைவுரையிலோ அவர் பாரதி குறித்து என்ன பேசினார் என்பதற்கான பதிவுகள் கிடைக்கவில்லை; எதிர்காலத்தில் கிடைக்கலாம். பாரதி திருநாள் தொடர்பாகக் கடிதமொன்று எழுத வேண்டுமென எண்ணியிருக்கின்றார். அதையும் அவரே குறிப்பிட்டிருக்கின்றார். செப்டம்பர் 11 நெருங்கும் தருணத்தில் பாரதி திருநாள் வருகிறது என்பது அவரது நினைவில் ஓடிக்கொண்டே இருந்திருக்கின்றது. இவற்றுக்கான பதிவுகளெல்லாம் உ.வே.சா.வின் தனிப்பட்ட நாட்குறிப்பில் (உ.வே.சா. நாட்குறிப்பு, பக். 309, 310, 355) இடம்பெற்றிருக்கின்றன. 1934 மார்ச் 26ஆம் நாள் சென்னை வேப்பேரியில் உள்ள புனித பால்ஸ் உயர்நிலைப் பள்ளியில் நடந்த நிகழ்ச்சியில் உ.வே. சா.வின் தலைமையில் வை.மு. கோதைநாயகியும் ச.த. சற்குணரும் சொற்பொழிவுகள் நிகழ்த்தியிருக்கின்றனர். 'பாரதியாரின் கவிநயம்'

என்னும் தலைப்பில் கோதைநாயகி பேசினார் என்பதனை உ.வே.சா. நாட்குறிப்பில் பதிவுசெய்துள்ளார். இந்தப் பதிவின் அடிப்படையில் பார்க்கும்போது 1935 டிசம்பர் 28இல் காங்கிரசு பொன்விழாக் கொண்டாட்டத்தில் பேசுவதற்கு ஏறத்தாழ இரு ஆண்டுகள் முன்பே பாரதியார் குறித்து உ.வே.சா. பேசியிருக்க வேண்டும். 1936 செப்டம்பர் 9ஆம் தேதி தமது நாட்குறிப்பில் "பாரதி திருநாளுக்கு ஒரு கடிதம் எழுத வேண்டும் (எழுதவில்லை)" எனப் பதிவுசெய்திருக்கின்றார். யாருக்கு எழுத வேண்டும் என எண்ணினார், பத்திரிகைக்கா, பாரதி அன்பர் எவருக்கேனுமா என்பதை அறிய இயலவில்லை. அடுத்த இரு நாளில் பாரதி நினைவு தினமாகிய செப்டம்பர் 11இல் உ.வே.சா. புதுக்கோட்டையை அடுத்த கோனாப்பட்டு முருகப்பச் செட்டியார் அறுபதாம் ஆண்டு நிகழ்ச்சிக்குச் சென்றிருந்திருக்கின்றார். மாலையில் நடந்த கூட்டத்தில் தலைமை வகித்திருக்கின்றார். இவற்றைப் பற்றியெல்லாம் நாட்குறிப்பில் எழுதி வருகையில், இடையில் "பாரதி திருநாள் – சென்னையில் நடைபெறும்" என்று எழுதியிருக்கின்றார். அந்த அளவிற்குப் பாரதியின் நினைவுதினம் உ.வே.சா.வின் உள்ளத்தில் பதிவாகியிருக்கின்றது. தனிப்பட்ட நாட்குறிப்பில் எழுதும்போதுகூட அதனைத் 'திருநாள்' என்றே அவர் எழுதியுள்ளமை மனங்கொள்ளத்தக்கது. இப்படி உ.வே. சா.வின் சொற்பொழிவில், எழுத்தோவியங்களில், தனிப்பட்ட நாட்குறிப்பில் பாரதி நிறைந்து திகழுகின்றார்.

~ ~

ய. மணிகண்டன்

4
சில விவாதங்கள்

பாரதியியலில், பாரதி – உ.வே.சா. உறவு தொடர்பாகச் சில குற்றச்சாட்டுகள், விவாதங்கள், குறைகூறல்கள் காட்சிதருகின்றன. சரியாகப் புரிந்துகொள்ளாமை, உரிய மூலங்கள் கிடைக்காத நிலையில் அவசரக் கோலத்தில் எழுந்த கூற்றுகள், முன்முடிவுகள், நினைவு மறதி என இவை தோன்றி வளர்ந்து வேரூன்றிய நம்பிக்கைகளாக விளங்குகின்றன. தமிழுலகின் முதன்மையாளர்களில் சிலரே விவாதங்களை எழுப்பியவர்களாகக் காட்சிதருகின்றனர். ச. வையாபுரிப் பிள்ளை, ரா.அ. பத்மநாபன், கா. சிவத்தம்பி, அ. மார்க்ஸ் முதலியோர் இந்த விவாத வரலாற்றில் முன்வரிசையில் இடம்பெறுகின்றனர். சாருநிவேதிதா உள்ளிட்ட எழுத்தாளர்களும், இலக்கிய உலகின் பொதுவான ஆர்வலர்கள் பலரும்கூட இதில் விலக்கல்ல. பாரதி தொடர்பான ஓரிரு செய்திகளை உ.வே.சா.வே ஞாபகப் பிசகாக எடுத்துரைத்துள்ளார். இவையன்றிக் காலப் பழைமையாலும் பதிப்புச் சிக்கல்களாலும் சில குழப்பங்கள் ஏற்பட்டிருக்கின்றன.

பொதுவாகப் பாரதியை உ.வே.சா. அங்கீகரிக்க வில்லை எனும் குற்றச்சாட்டு அடிப்படையாக நிலவுகின்றது. இக்கருத்தினை முதன்முதலில் எடுத்துவைத்தவர் ச. வையாபுரிப் பிள்ளை ஆவார்.

பட்டம் அளித்ததைக் குறித்து அரசாங்கக் கல்லூரியில் நிகழ்ந்த பாராட்டுக் கூட்டத்திற்குப் பாரதியாரும் சென்றிருந்தனர். ஆனால் இவர்

இயற்றிய பாடல்களை இவர் படிப்பதற்கு அனுமதி கொடுக்கப்படவில்லை. இவர் அரசாங்க விரோதி; வர்ணாச்சிரம ஒழுக்கத்தைத் தூவென்று தள்ளியவர். எனவே சாமிநாத ஐயர் பாரதியாரைச் சந்தித்துப் பழகுவதற்குத் துணிவு கொள்ளவில்லை யெனவே தோன்றுகிறது. இவரையும், இவருடைய கொள்கைகளையும், இவரது தமிழையுங்கூட, ஐயர் மதித்திருந்தனர் என்பதற்குச் சான்று யாதும் இல்லை.

(தமிழ்ச் சுடர்மணிகள், ப. 356)

பாரதி குறித்து உ.வே.சா.வும், உ.வே.சா. குறித்துப் பாரதியும் எழுதியவையும் பேசியவையும் குறிப்பிடத்தக்க அளவில் உள்ளபோதிலும் இதற்குமுன் அவை ஒருசேரத் தேடித் தொகுத்து நோக்கப்பெறவில்லை. போதிய ஆதாரங்கள் வெளிப்படாக் காலத்தில் வையாபுரிப் பிள்ளையின் இக்கூற்று தோன்றியுள்ளது. பின்னாளில் இந்நூலில் தொகுத்தளிக்கப் பெற்றுள்ள அளவிற்கு இல்லையெனினும், ஆதாரங்கள் ஓரளவு கிடைத்தும்கூட வையாபுரிப் பிள்ளையின் கூற்று ஏற்படுத்திய தாக்கத்திலிருந்து விடுபடா நிலையில் கா. சிவத்தம்பியும் அ. மார்க்சும் இதே கருத்துநிலையைத் தொடர்ந்து கைக்கொண்டனர்; முன்னெடுத்தனர். இவ்விருவர்தம் நூல் வெளிவந்த ஆண்டிலேயே 'உ.வே.சா.வும் பாரதியாரும்' எனும் கட்டுரை இடம்பெற்ற 'தமிழ்ப் புலவர் மரபும் பாரதி மரபும்' என்னும் பெ.சு. மணியின் நூலும் வெளிவந்தது என்பது குறிப்பிடத்தக்கது. வையாபுரிப் பிள்ளையின் கருத்தை மேற்கோள் காட்டிய பின்னவர் இருவரும் "பாரதி உயிரோடிருந்தபோது, தமக்கு நடந்த பாராட்டு விழாவொன்றில் பாரதி இயற்றிவந்த வாழ்த்துப்பா வொன்றை சாமினாதய்யர் பாட அனுமதிக்காதது இங்கு நினைவிற் கொள்ளத்தக்கது" எனப் 'பாரதி மறைவு முதல் மகாகவி வரை' நூலில் (ப. 142) எழுதிச் சென்றனர்.

சபையில் பாரதியைப் பாட அனுமதிக்கவில்லை என வையாபுரிப் பிள்ளை பொதுப்படக் கூறியிருக்க, பின்னவர்களோ சாமிநாதையர் அனுமதிக்கவில்லை என நேரிற்பார்த்தாற்போல உ.வே.சா.மேல் ஏற்றிக் கூறிக் குற்றச்சாட்டை வளர்த்தெடுத்திருக்கின்றனர்.

வையாபுரிப் பிள்ளை, கா. சிவத்தம்பி, அ. மார்க்ஸ் ஆகியோர் முதலில் முன்வைக்கும் குற்றச்சாட்டு உ.வே.சா.விற்கு மாநிலக் கல்லூரியில் நிகழ்ந்த பாராட்டு விழாவில் பாரதிக்குத் தாம் இயற்றிய வாழ்த்துப் பாடலை வாசிக்க அனுமதி அளிக்கப்படவில்லை

என்பதாகும். பாரதியியலில் உ.வே.சா.வைப் பாராட்டிப் பாடிய பாரதியின் பாடல் எவ்வளவு முக்கியத்துவம் பெறுகிறதோ அதே அளவு முக்கியத்துவத்தை அந்தக் கவிதையைப் பாராட்டு நிகழ்வில் பாட அனுமதிக்கப் பெறவில்லை என்ற (தவறான) செய்தியும் பெறுகின்றது.

இந்தக் குற்றச்சாட்டு உண்மையா? இதற்கு அடிப்படை என்ன? என்பதை நோக்கும்போது முதலில் இது தொடர்பாகக் கிடைக்கின்ற பதிவு, பாரதியின் இளம்பருவ நண்பரும், தமிழறிஞரும், பாரதி மறைவிற்குப்பின் முதன்முதலில் பாரதியின் சரித்திரச் சுருக்கத்தை எழுதியவருமான சோமசுந்தர பாரதியின் குறிப்பேயாகும். வையாபுரிப் பிள்ளை முதலியோரின் கூற்றுகளுக்கு இக்குறிப்பே அடிப்படையாதல் வேண்டும். தனது வேண்டுகோளை ஏற்றுப் பாரதி சபையில் பாராட்டுப் பாடல்களைப் பாடிப் படித்தார் எனவும், ஆனால் அது உரிய முறையில் ஆதரிக்கப்படவில்லை எனவும் பொருள்பட, “இவர் உடன் பாடிப்படித்த மறக்கொணாக் கவிகளின் கருத்துக்களைக் கொண்டே இவரைத் தமிழகம் அநாதரம் செய்தது இவர்க்குக் குறையுமில்லை; தமிழ்க்குப் புதுமையுமில்லை யென்று சமாதானப்படுத்திக் கொள்கிறேன்” (சுதேச கீதங்கள்– முதற்பாகம், ப. XXVIII) என்று சோமசுந்தர பாரதியார் குறிப்பிட்டிருந்தார். எனினும் இக்குறிப்பு ஒருவகையில் பின்னவர்கள் எழுப்பிய குற்றச்சாட்டுக்கு விடையளிப்பதாகவும் இன்னொரு வகையில் புதிய குற்றச்சாட்டை முன்வைப்பதாகவும் அமைந்துவிடுகிறது.

இந்தக் குறிப்பைப் பின்வந்தவர்கள் முழுமையாக உள்வாங்கிக்கொள்ளவில்லை எனத் தோன்றுகிறது. இக்குறிப்பு, பாராட்டு நிகழ்வில் வாழ்த்துப் பாடல்களைப் பாரதி வாசித்தார் என்பதைத் தெளிவாகத் தெரிவிக்கின்றது. எனினும் அந்த வாழ்த்துப் பாடல் உரிய முறையில் சபையோரால் அங்கீகரிக்கப்படவில்லை என்பதனையும் குறிப்பிடுகின்றது.

இந்நிகழ்ச்சி தொடர்பாகச் சில பதிவுகள் பாரதியியலில் உள்ளன. இந்தக் கவிதை தொடர்பாக முதலில் நோக்கத்தக்க பதிவுகள் உடன் காலத்தில் பத்திரிகைகளில் கவிதை வெளிவந்தபோது இடம்பெற்ற குறிப்புகளாகும். பாரதியியலில் முதன்முறையாக என்னால் ‘சுதேசமித்திரன்’ நாளிதழிலிருந்து பாராட்டு விழா நடைபெறுவது குறித்த அறிவிப்பும், விழா நடந்த நாளின் மறுநாளுக்கு மறுநாள் வெளிவந்த பாரதியின் பாடல்களும் கண்டுபிடிக்கப்பட்டுள்ளன. ‘சக்ரவர்த்தினி’ இதழில் பாடல்கள் வெளிவந்தமை மட்டுமே இதற்குமுன் அறியப்பட்டிருந்தன. ‘சுதேசமித்திரன்’, ‘சக்ரவர்த்தினி’ இரு பதிவுகளிலும் பாரதியின்

பாடல்களுக்குமுன் "சென்னை பிரஸிடென்ஸி காலேஜில் மிஸ்டர் ஸி. சுப்பிரமணிய பாரதி, மகாமகோபாத்தியாய சாமிநாதய்யரைப் பற்றிச் சொல்லியன" என்னும் குறிப்பு தலைப்பாக இடம்பெற்றிருந்தது. நிகழ்ச்சியில் பாராட்டுப் பாடல்களை வாசிக்காமல் இருந்துவிட்டு வாசித்ததாகப் பரந்த சமூகப் பெருவெளிக்குச் செல்லும் பத்திரிகையில் தவறாகச் செய்தி வெளியிட முடியாது. இந்தச் "சொல்லியன" என்னும் குறிப்பே பாராட்டு விழாவில் பாடல்களைப் பாரதி பாடினார் என்பதனைத் தெளிவாக உறுதிசெய்துவிடுகின்றன. ஆனால் சோமசுந்தர பாரதியார் குறிப்பிடும் இன்னொரு செய்தியாகிய, சபையில் பாடல் உரிய முறையில் அங்கீகரிக்கப்படவில்லை என்பது தொடர்பான பதிவுகளே கவனத்திற்குரியன. நிகழ்ச்சியை நடத்திய தமிழ் மாணவர் சங்கம் அந்த ஆண்டு வெளியிட்ட ஆண்டறிக்கையில் "சுதேசமித்திரன் உதவிப் பத்திராதிபர் ஆகிய மகா–ஸ்ரீ.ஸ்ரீ சுப்பிரமணிய பாரதியார் அவர்களும் மற்றும் சிலரும் பாடல்களை நூதனமாக இயற்றிப் படித்தார்கள்" என உள்ள குறிப்பு பாரதியார் பாராட்டு நிகழ்வில் கவிதையைப் படித்தார் என்பதை மேலும் உறுதி செய்கின்றது. எனவே பாடல்களை நிகழ்ச்சியில் பாடினார் என்பது இருவேறு கருத்துக்கு இடமில்லாத உண்மையாகும். ஆயினும் சபையில் எவரோ பாரதியின் பாடலைக் குறை கூறியிருக்க வேண்டும். இந்நிகழ்வு தொடர்பான ஒரு பதிவு பண்டிட் எஸ்.நாராயண அய்யங்கார் எழுதிய "காசியில் சுப்பையா, சென்னையில் பாரதி" என்னும் கட்டுரையில் இடம்பெற்றுள்ளது. அப்பதிவு வருமாறு:

> பாரதியார் அந்தக்கூட்டத்துக்குச்சென்றார். கூட்டம் ஆரம்பமானதும் மூன்று பாக்களும் பாரதியாரால் பாடப்பெற்றன. பிறகு ஐயரவர்களைப் பற்றிப் புகழுரைகள் தொடங்கின. இச்சமயத்தில்தான், பாரதியாரின் நண்பர் ஒருவர் அவரிடம் தனியே ஏதோ சொல்லிக்கொண்டிருந்தார்.
>
> பாரதியாரின் அந்த நண்பர் திருநெல்வேலி ஜில்லாவைச் சேர்ந்தவர்; சென்னையில் சட்டக் கல்லூரியில் படித்து வந்தார். பாரதியாருடன் மிகவும் பழகியவர். கூட்டத்தில், பாரதி கவி பாடி முடிந்தவுடனேயே, அவரிடம் வந்து, "அந்தப் பாக்கள் மூன்றுமே ஆபாசம்; சொல் குற்றம், பொருட்குற்றம் நிறைந்திருக்கிறது என்று சபையிலுள்ள பிரமுகர்கள் கருதுகிறார்கள்" என்று கூறினார்.
>
> களங்கமற்ற மனத்தினரான பாரதியார் அந்த வார்த்தைகளை நம்பி மனந்தளர்ச்சியுற்றார். நொந்த

மனத்துடன் யாரிடமும் சொல்லிக்கொள்ளாமல் வீட்டுக்குப் போய்விட்டார்.

(பாரதியைப் பற்றி நண்பர்கள், ப. 34)

இக்குறிப்பில் இடம்பெறும் திருநெல்வேலி நண்பர் சோமசுந்தர பாரதியாராகவோ அவரது நண்பராகவோ இருத்தல்கூடும். பாடல்களில் இடம்பெற்றுள்ள அந்நியர்கள் ஆள்பவர்கள் என்னும் குறிப்பு, இறப்பின்றித் துலங்குவாயே என்பதிலுள்ள இறப்பு என்னும் அமங்கலச்சொல் ஆட்சி, எதிர்மறையாகப் புகழும் உத்தி முதலியனவற்றால் சபையில் பிரமுகர் எவரேனும் அல்லது சிலர் அதிருப்தியைத் தெரிவித்திருக்கக்கூடும்.

பாடல் வாசிக்கப்பெற்றபின் நடந்த நிகழ்ச்சியை நாராயண அய்யங்காரும் எடுத்துரைத்திருக்கின்றார்.

கூட்டம் முடிவடையும் சமயத்தில் ஐயரவர்கள் சபையில் எழுந்து நின்று பின்வருமாறு பேசினார்:

"இன்று சபையில் என்னைப் புகழ்ந்து முதலில் சில கவிகள் பாடப்பட்டன. சொற்சுவையும் பொருட்சுவையும் உவமை நயமும் மிக்க அக்கவிகளால் நான் மயங்கினேன். தயவுசெய்து அக்கவிகளை மற்றொரு தடவையும் சொல்லிக் கேட்க விரும்புகிறேன்" என்று நடுச் சபையில் பகிரங்கமாகக் கேட்டுக்கொண்டார்.

நிர்வாகிகள் சபையில் பாரதியாரைத் தேடினார்கள். பாரதியார் காணப்படவில்லை. கவிகள் பாடிய பாரதியைச் சபையில் காணவில்லை என்பதைச் சாமிநாதையரிடம் நிர்வாகிகள் வருத்தத்துடன் கூறினார்கள்.

ஐயரவர்கள் பாரதியாரின் பெயரை அப்பொழுதுதான் முதல்முதலாகத் தெரிந்து கொண்டார். அந்த நாள் முதல் பாரதியாரிடம் ஐயரவர்களுக்கு அன்பும் மதிப்பும் ஏற்படலாயின.

கூட்டம் நடத்தியவர்கள் மறுநாள் காலை பாரதியாரைப் பார்த்து அவரைப் பற்றி ஐயரவர்கள் புகழ்ந்து கூறிய வார்த்தைகளை விவரித்துச் சொன்னார்கள். அப்போதுதான் பாரதியாரும் தமது நண்பரின் தவற்றை அறிந்து அவர் நடத்தைக்கு வருந்தினார்.

(பாரதியைப் பற்றி நண்பர்கள், பக். 34, 35)

பண்டிட் எஸ். நாராயண அய்யங்கார் எழுதிய கட்டுரையை ரா.அ. பத்மநாபன் தொகுத்தளித்திருந்தார். இந்தக் கூற்றின் அடிப்படையில்தான் போலும் தமது 'சித்திர பாரதி' நூலில் இந்த நிகழ்வைப் பின்வருமாறு பத்மநாபன் சுருங்கச் சொல்லியிருக்கின்றார்:

> தமிழ்ப் புலவர்களிடம் பாரதிக்கு அளவுமிக்க பரிவு உண்டு. சாமிநாதையர் மகாமகோபாத்யாய பட்டம் பெற்றபோது, பாராட்டுக் கூட்டத்தில் பாரதி பாடிய பாடல் மறக்கவொண்ணாதது. அது சொற்பிழை, சுவைப்பிழையுளது என யாரோ (தவறாகச்) சொல்லிவிட, பாரதி கூட்டம் முடியுமுன்பே போய்விட்டார். கூட்ட முடிவில் சாமிநாதையர், பாடலை மிகவும் போற்றி, மீண்டும் கேட்க விரும்பினார். பாரதி இல்லை.
>
> (*சித்திர பாரதி*, ப. 41)

அதனுடன் அந்த நிகழ்ச்சியில் நேரில் முதன்மைப் பாத்திரமாகப் பங்கேற்றிருந்த உ.வே.சா.வே எழுதிய முகவுரையோடு வெளிவந்த ஆக்கூர் அனந்தாச்சாரியின் 'கவிச்சக்கரவர்த்தி சுப்ரமண்ய பாரதி சரிதம்' நூலில் இடம்பெற்றுள்ள நடந்ததை விவரிக்கும் குறிப்பும் நோக்கத் தக்கதாக அமைகின்றது.

> ஓர் சமயம் ஸ்ரீ. உ.வே. சுவாமிநாதய்யர் அவர்களுக்கு 'மகாமகோபாத்யாயா' பட்டம் அளிக்கும் தினம் வந்தது. அன்று பாரதியார் அய்யரைப் புகழ்ந்து ஓர் பாட்டு எழுதிக்கொண்டு அக் கூட்டத்திற்குச் சென்றார். அவரது நண்பர்களில் ஒருவர் கிழவர்கள் கூட்டத்திற்குச் செல்லுதல் கூடாதெனச் சொல்லவே பாரதியார் மறந்துபோன வாலிபத்தை மறுபடியும் ஞாபகப் படுத்திக்கொண்டு தாம்போகாது விடுத்தார்.
>
> எனினும் அவர் தமது பாட்டை எட்டையாபுரம் சமஸ்தான வித்வானா யிருந்த ஸ்ரீ மகாலிங்கய்யரிடம் கொடுத்துவிட்டு வர அது கூட்டத்தில் படிக்கப்பட்டது. முடிவுரையில் சுவாமிநாதய்யர் அவர்கள் 'இப் பாட்டு இயற்றியவர் ஓர் பெரிய மன்னிக்கப் படாத குற்றம் இழைத்து விட்டார்' என்றார்.
>
> அதைக் கேட்டு அங்குள்ளோர் அனைவரும், 'பாட்டில் எவ்விதமான பிழையு மில்லையே! பாரதி

மீது எவ்விதம் குற்றம் சாட்ட முடியும்?' என்று நினைந்து திகைப்படைந்து ஒருவர்க்கொருவர் குசுகுசுவென்று பேசிக்கொள்ளலாயினர். இதைக் கண்டு கொண்டார் அய்யர். அவர்களின் சந்தேகத்தைத் தெளிவிக்க வேண்டி, "வேறொன்று மில்லை. பாரதியார் கவி இயற்றுவதில் மிகச் சிறந்தவரென எனக்களித்த வரவேற்புப் பாக்களிலிருந்தே நன்கு விளங்குகின்றது. எனினும் இத்தகைய சிறந்த கவி என்னைப்பற்றி வானமளாவப் புகழ்ந்திருப்பதுதான் அவர் செய்த ஓர் பெரிய குற்றம்" என்று சொல்லி முடித்தார். பாரதியின் திறமையை அங்கு கூடியிருந்தவர்கள் சிறந்த பண்டிதரான அய்யர் மூலம் நன்கு தெரிந்துகொண்டனர்.

(கவிச்சக்கரவர்த்தி சுப்ரமண்ய பாரதி சரிதம்,
பக். 65, 66)

இப்பதிவுகளையெல்லாம் தொகுத்து நோக்குகையில் சில உண்மைகள் தெளிவாகின்றன. சமகாலச் 'சுதேசமித்திரன்' பதிவு, 'சக்ரவர்த்தினி' பதிவு, சமகால இராசதானிக் கல்லூரித் தமிழ் மாணவர் சங்க ஆண்டறிக்கைப் பதிவு ஆகியன பாரதியார் சபையில் பாடல்களை வாசித்தார் என்பதை, "சொல்லியன", "இயற்றிப் படித்தார்கள்" எனக் குறிப்பிடுவதன் வாயிலாக உறுதிசெய்கின்றன. காலத்தால் முந்தைய சோமசுந்தர பாரதியாரின் "என் வேண்டுகோளுக்காக இவர் உடன் பாடிப் படித்த மறக்கொணாக் கவிகள்" என்னும் பதிவும் பாரதியார் சபையில் கவிதை வாசித்ததை உறுதிசெய்கின்றது.

பிற்காலப் பதிவுகளான பண்டிட் நாராயண அய்யங்கார் பதிவும் ஆக்கூர் அனந்தாச்சாரி பதிவும் சில கூடுதல் விளக்கங்களை முன்வைக்கின்றபோதிலும், சிலவற்றில் வேறுபடுகின்றன. பண்டிட் நாராயண அய்யங்கார் 'பாரதியார் சபையில் கவிதை பாடியதாக'க் குறிப்பிட, ஆக்கூர் அனந்தாச்சாரியோ 'கூட்டத்திற்குச் சென்ற பாரதி சபையில் பங்கேற்காமல் எட்டயபுரம் சமஸ்தான வித்துவானாகிய மகாலிங்கையர் வசம் கவிதையைக் கொடுத்துவிட்டுவர அவர் சபையில் படித்தார்' எனக் குறிப்பிட்டுள்ளார். இச்செய்தி பிற குறிப்புகளிலிருந்து முற்றிலும் வேறுபடுகின்றது. எவ்வாறாயினும் பாரதி பாடல்கள் சபையில் வாசிக்கப்பட்டிருக்கின்றன. பாடலைப் பாடிய பிறகு நடந்தவற்றைக் குறிப்பிடும்போது இருவர் பதிவிலும் மாற்றங்கள் இருப்பினும் உ.வே.சா. பாடலைப் பாராட்டி இறுதியில் பேசியதாகக் கூறுவதில் இரண்டு பதிவுகளும் ஒன்றுபட்டே உள்ளன. நாராயண அய்யங்கார் 'சபையோர் பாடல் குறித்துக் குறைகூறியதாகப் பாரதியின் நண்பர்

தெரிவித்ததாகப் பதிவு செய்ய, ஆக்கூர் அனந்தாச்சாரி 'சபையோர் பாடல் கேட்டு நிறைவடைந்திருந்ததாக'வே பதிவு செய்துள்ளார். இவை யாவற்றையும் எண்ணிப்பார்க்கையில் பாராட்டு நிகழ்ச்சியில் பாரதியார் கவிதை வாசித்திருக்கின்றார். உ.வே.சா. மகிழ்ச்சியடைந்து நிகழ்ச்சியிலேயே பதிலுரை புரிந்திருக்கின்றார் என்பதைத் தெளிவாக அறியமுடிகின்றது. வேறுபடும் சில இடங்கள் பிற்கால நினைவுகூர்தலின் விளைவாக, நினைவுத் தடுமாற்றமாக இருத்தல் வேண்டும். விழாவில் உ.வே.சா. மீது பாரதி வருத்தம் அடைந்திருந்தாலோ சபையில் அவமானம் உற்றிருந்தாலோ விழாவின் மறுநாளுக்கு மறுநாள் தான் பணியாற்றிய இதழிலேயே பாடலை மேற்சுட்டிய குறிப்புகளோடு வெளிவரச் செய்திருப்பாரா என உ.வே.சா. மீது குற்றம்சாட்டுவோர் எண்ணிப்பார்க்க வேண்டும்.

பாரதியும் உ.வே.சா.வும் பிற்காலத்தில் புதுவையில் ஒருமுறை சந்தித்துக்கொண்டபோதும், மகாமகோபாத்தியாய பட்டம் பெற்றபோது பாராட்டு விழாவில் பாடல் பாடி வாழ்த்தியதனை நினைவுகூர்ந்த உ.வே.சா. தமது மகிழ்ச்சியையும் நன்றியையும் பாரதியிடம் தெரிவித்துக்கொண்டிருக்கின்றார். இதுகுறித்துக் கி.வா.ஜ. குறிப்பிட்டுள்ள செய்தியை முன்பே கண்டோம்.

~

பாரதியியலின் மாபெரும் முன்னோடியான ரா.அ. பத்மநாபன், பாரதியின் மறைவுக்குப்பின் பாரதியின் மனைவி செல்லம்மா பாரதி வெளியிட்ட 'ஸ்வதேச கீதங்கள்' நூலுக்கு முகவுரை தருமாறு உ.வே.சா. அணுகப்பட்டதாகவும், அவர் முகவுரை தர ஒப்பவில்லை என்றும், காரணம் அவர் அரசாங்கக் கல்லூரி ஆசிரியர் என்பதேயாகும் எனவும் குறிப்பிட்டுள்ளார்.

> பாரதிக்கு சாமிநாதையரிடமும், சாமிநாதையருக்கு பாரதியிடமும் இவ்வளவு மரியாதை இருந்தும், 1922இல் பாரதி காலமானபின், செல்லம்மா பாரதி வெளியிட்ட 'ஸ்வதேச கீதங்கள்' நூலுக்கு முகவுரை தருமாறு சாமிநாதையர் அணுகப்பட்டபோது, அவர் ஒப்பவில்லை. தாம் அரசாங்கக் கல்லூரியில் ஆசிரியர் என்ற காரணத்தால்!
>
> (சித்திர பாரதி, ப. 41)

இவ்வாறு அவர் கூறக் காரணமாயிருந்த ஆதாரம் எதுவெனத் தெரியவில்லை. ஆனால் பாரதியின் மறைவுக்குமுன்பே 1919 ஏப்ரல் 1ஆம் நாள் உ.வே.சா. இராசதானிக் கல்லூரித் தமிழாசிரியர் பணியிலிருந்து ஓய்வுபெற்றுவிடுகின்றார்.

பிந்தைய காலங்களில் உ.வே.சா. வாழ்க்கை வரலாறுகளிலும் அவர் ஓய்வுபெற்ற செய்தி குறிப்பிடப்பட்டு வந்துள்ளது. ஆனால் பொறுப்புமிக்க ரா.அ. பத்மநாபன் யாது காரணத்தாலோ இப்படியொரு காரணத்தைக் காட்டியிருக்கின்றார். ஒருவேளை பாரதியின் குடும்பத்தவரால் உ.வே.சா. முகவுரைக்காக அணுகப்பட்டிருக்கலாம்; அவரும் தவிர்த்திருக்கலாம். காரணம் பொதுவான அச்சமாகவே இருந்திருக்கும். அரசாங்கக் கல்லூரியில் பணியாற்றுவது என்பது காரணமில்லை. முகவுரைக்காக அணுகப்பட்ட காலத்தில் அவர் ஓய்வு பெற்றுவிட்டார். ஆயினும் 1936இல் பாரதி வாழ்க்கை வரலாற்று நூலான 'கவிச்சக்கரவர்த்தி சுப்ரமண்ய பாரதி சரித'த்திற்கு உ.வே.சா. முகவுரை அளித்தே உள்ளார்.

~

பாரதி உ.வே.சா. தொடர்பில் மற்றவர்கள் தவறான கருத்தை முன்வைத்தமையும் பாரதியில் ஆழங்காற்பட்ட ரா.அ. பத்மநாபனே தவறான காரணம் காட்டியுள்ளமையும் ஒருபுறமிருக்க, இணைநாயகர்களில் மூத்தவரான உ.வே.சா.வே பாரதி தொடர்பாக ஞாபகப் பிழையாக ஒரு கருத்தைத் தொடர்ந்து ஒன்றுக்கு மேற்பட்டமுறை அழுத்தமாக, விரிவாக எடுத்துரைத்து வந்திருக்கின்றார். தமிழின், தமிழ்நாட்டின் அடையாளப் பாடல்களுள் ஒன்று பாரதியின் 'செந்தமிழ் நாடென்னும் போதினிலே'. இப்பாடல் பல விவாதங்களுக்கு ஆட்பட்ட பாடல். இந்தப் பாடலைப் பாரதி எழுதக் காரணம் குறித்துப் பாரதிதாசன், யதுகிரி அம்மாள், சோமசுந்தர பாரதியார் ஆகியோர் மூன்று விதமாகக் கூறியிருக்கின்றனர். மதுரைத் தமிழ்ச் சங்கத்தார் நடத்திய போட்டிக்காக எழுதப்பட்ட பாடல் என்பது பாரதிதாசனின் கூற்று (பாரதிதாசன் கவிதைகளில் பாரதியார், ப. 37). சென்னையில் ஒரு சங்கம் நடத்திய போட்டிக்காக எழுதப்பட்டது என்பது யதுகிரி அம்மாளின் கூற்று (பாரதி நினைவுகள், ப. 28). தூத்துக்குடி வழக்கறிஞர் விசுவநாத ஐயர் நடத்திய போட்டிக்காக எழுதப்பட்டது என்பது சோமசுந்தர பாரதியாரின் விளக்கம் (கவி பிறந்த கதை, பக். 19, 20). இவற்றிலிருந்து வேறுபட்டுப் பாடலின் சொல், பொருள், தொடர் ஆகியவற்றின் தோற்றக் காரணத்தை உ.வே.சா. மீண்டும் மீண்டும் எடுத்துப் பேசியிருக்கின்றார். வி. கிருஷ்ணசாமி ஐயர் சென்னை இராசதானிக் கல்லூரியில் தமிழ் மாணவர் சங்கத்தில் ஆற்றிய தலைமையுரையை நிகழ்ச்சிக்கு வந்திருந்த பாரதியார் கேட்டு அதன் தாக்கத்தில் படைத்ததே இப்பாடல் என உ.வே. சா. விரிவாகக் கூறியிருக்கின்றார். வி. கிருஷ்ணசாமி ஐயர் குறித்த கட்டுரையிலும் காங்கிரசு பொன்விழாவையொட்டிப் பாரதி படம் திறக்கப்பட்டபோது பேசிய சொற்பொழிவிலும்,

அதனடிப்படையில் எழுதப்பட்ட கட்டுரையிலும் இச்செய்தியை வெளிப்படுத்தியுள்ளார் என்பதை முன்னரே சுட்டினோம். உ.வே.சா. எடுத்துரைக்கும் செய்தியின் தாக்கத்தாற் போலும் பாரதியாரோடு ‘சுதேசமித்திர’னில் உடன் பணிபுரிந்த எம்.எஸ். சுப்ரமணிய ஐயரும் பின்வருமாறு எடுத்துரைத்துள்ளார்:

> *பல்லாண்டுகளுக்கு முன் சென்னை அரசினர் (பிரஸிடென்ஸி) கல்லூரித் தமிழ் மாணவர் சங்கத்தார் ஒரு சமயம் ஸ்ரீ வி. கிருஷ்ணசுவாமி ஐயர் என்பாரை – வேங்கடரமணா வைத்தியசாலையை ஸ்தாபித்தவர்; சென்னை அரசிலே நிர்வாக சபை அங்கத்தினராக இருந்தவர் – தமிழ் பற்றிப் பேச அழைத்தனர். கிருஷ்ணசுவாமி ஐயர் பெரிய படிப்பாளி. தமிழில் அவர் பேசியதே கிடையாது. அவர் மிதவாதி. தமிழ் பற்றி அவர் என்ன பேசப் போகிறார் என்றறிய நமது பாரதியாருக்கு ஆவல் உதித்தது. ஆச்சரியமும் கூட. அரசியலிலே பாரதியார் ஒரு தீவிரவாதி. அவருக்கு நேர் மாறானவர் வி. கிருஷ்ணசாமி ஐயர். தமிழிலே தமிழ் பற்றிப் பேசப்போகிறார் என்று கேள்விப்பட்டதும், பலர் அதிசயங் கொண்டு கூட்டத்துக்கு வந்திருந்தனர். பாரதியாரும் பிரசன்னமாயிருந்தார். பேசத்தொடங்கினார் கிருஷ்ணசுவாமி ஐயர். எல்லோரும் அண்ணாந்து நின்றனர். ‘தமிழ்மொழி தொன்மையான மொழி. இனிய மொழியுமாம். தமிழ் வழங்கும் நாடு தமிழ்நாடு. தமிழ் நாட்டின் வளமோ விளம்பும் தரமன்று. தமிழில் உள்ள நூல்களிலே திருக்குறள் தலைசிறந்தது. தமிழகத்தில்தான் கம்பன் பிறந்தான். வள்ளுவர் தோன்றினார். இவ்விதமாகப் பொருள்படும் வண்ணம் பிரமாதமாகப் பேசினார். பாரதியார் பரவசம் கொண்டு கிடந்தார், பிரசங்கம் முடியும் வரையில். வீடு திரும்பியதுதான் தாமதம், ‘செந்தமிழ் நாடு’ என்னும் பாடலை இரவிலேயே பாடி முடித்தார் நமது கவிஞர்.*

(தினமணி: பாரதி தின மலர், 12–9–1959)
(பாரதி: சில பார்வைகள், ப. 127)

வி. கிருஷ்ணசாமி ஐயர் சொற்பொழிவின் தாக்கத்தில் பாரதியின் பாடல் பிறந்தது என்னும் கூற்றுகளைப் பாடல் வெளிவந்த இதழின் காலம், பாடல் இடம்பெற்ற நூலின் காலம் ஆகியவற்றின் அடிப்படையில் கடுமையாக மறுத்தெழுதினார் தொ.மு.சி. ரகுநாதன்.

இப்பாடல் 1919இல் பரலி சு. நெல்லையப்பர் வெளியிட்ட 'நாட்டுப்பாட்டு' இரண்டாம் பதிப்பில் முதன்முதலாக இடம்பெற்றதையும், பரலி சு.நெல்லையப்பர் இப்பாடலைத் தாம் பணிபுரிந்த 'பாரதி' என்னும் பத்திரிகையில் 1915ஆம் ஆண்டில் வெளியிட்டதையும், பின்னர் 'நாட்டுப்பாட்டு' தொகுப்பில் சேர்த்துக்கொள்ளப்பட்டது எனத் தெரிவித்திருப்பதையும் எடுத்துக்காட்டி, தூத்துக்குடி வழக்கறிஞர் நடத்திய போட்டி 1914 வாக்கில் அமைந்தது என்பதையும் தெரிவித்து உ.வே.சா.வின் கூற்று தவறானது என ரகுநாதன் முடிவுகூறினார். ஆயினும் ஒரு பாடல் வெளிவந்த இதழ், இடம்பெற்ற நூல் ஆகியவற்றின் காலத்தை மட்டுமே வைத்துக்கொண்டு பாடல் தோன்றிய காலத்தை அறுதியிட்டுவிட முடியாது. எத்தனையோ காலங்களுக்குமுன் மனத்தில் விழுந்த விதை பல காலங்களுக்குப் பிறகு பாடலாகத் தழைக்கவும்கூடும். ஆனாலும் ரகுநாதன் அப்படியெல்லாம் எண்ணிப்பார்க்க இடம்கொடுக்கவில்லை. கால இடைவெளி ஒன்றை மட்டுமே காரணமாகக் கொண்டும், கிருஷ்ணசாமி ஐயருக்குப் பெருமை சென்று சேர்ந்துவிடக்கூடாது என்றும் கருதி உ.வே.சா.வின் கூற்றை முற்றாக நிராகரித்தார்; பிழையானது என்று பேசினார்.

ரகுநாதனுக்குப் பாரதியின்மீது தாக்கம் செலுத்தியவர் வி. கிருஷ்ணசாமி ஐயர் என்பதில் அடிப்படையில் உடன்பாடில்லை. அதனை அவருடைய ஆய்வுரைப்போக்கு உணர்த்துகின்றது.

> உ.வே.சா. சென்னை பிரசிடென்சிக் கல்லூரியில் பணியாற்றிய காலத்தில் வி. கிருஷ்ணசாமி ஐயர் தமிழ் மொழியின் சிறப்பைப் பற்றி உரையாற்றிய கூட்டத்துக்குப் பாரதியும் சென்றிருக்கலாம். கிருஷ்ணசாமி ஐயரின் உரையும் சிறப்பாகவே இருந்திருக்கலாம். ஆனால் அந்த உரைதான் பாரதியின் 'செந்தமிழ் நாடு' என்ற பாடலுக்குத் தோற்றக் காரணமாக விளங்கியது என ஐயரவர்கள் கூறுவதானது, கிருஷ்ணசாமி ஐயரின் பேச்சாற்றலும் தமிழ்ப் புலமையும் பாரதி போன்ற ஒரு கவிஞனுக்கும்கூட ஒரு பாடலை எழுத அடியெடுத்துக் கொடுக்கும் அளவுக்கு, அத்தனை உயர்வாக இருந்தன என்று சுட்டிக்காட்டி, கிருஷ்ணசாமி ஐயருக்குப் புகழ் சேர்ப்பதாக உள்ளதே தவிர, பாரதிக்குப் பெருமை சேர்ப்பதாக இல்லை என்பது தெளிவு.
>
> (பாரதி: சில பார்வைகள், பக். 129, 130)

இது ரகுநாதனின் வாதம். தமிழ்த் தாத்தாவும் எம்.எஸ். சுப்ரமணிய ஐயரும் ரகுநாதனின் விமர்சனத்திற்கு ஆளாயினர். பாரதியின் தம்பி சி. விசுவநாத ஐயரும் வி. கிருஷ்ணசாமி ஐயர் உரையின் தாக்கத்தில் பாரதியார் இப்பாடலைப் படைத்தார் என்னும் கூற்றை ஏற்கவில்லை. 'சுதேசமித்தி'ரனில் பாரதியோடு பணிபுரிந்த உதவி ஆசிரியர் ஒருவரின் (எம்.எஸ். சுப்ரமணிய ஐயராகவே இருக்கக்கூடும்) மகன் தன் தந்தை பற்றி ஒரு பிரபலமான மாத இதழில் எழுதுகையில், தன் தந்தை தம்மிடம் கூறியதாக இதே செய்தியை எழுதியிருந்ததை எடுத்துக்காட்டி அதனை மறுத்தெழுதினார். இக்கவிதையின் தோற்றக் காரணம் தொடர்பாகச் சோமசுந்தர பாரதியார், தூத்துக்குடி வழக்கறிஞர் வைத்த போட்டிக்காக இந்தக் கவிதை எழுதப்பட்டது என முன்னர் எழுதிய கடிதத்தை வெளிப்படுத்தியிருந்தார் (கவி பிறந்த கதை, பக். 18–20). ஆனால் மேற்குறிப்பிட்ட பாடல் அப்போட்டிக்காக எழுதப்பெற்றிருக்க முடியாது என்பது வேறொரு செய்தி ('பாரதியும் அ. மாதவையாவும்', காலச்சுவடு, ஜூன் 2021).

"செந்தமிழ் நாடெனும் போதினிலே" கவிதை உருவாகக் காரணம், கவிதையில் உள்ள தொடர்களுக்கு மூலமாக அமைந்த கருத்துகள் – இவை பற்றிய உ.வே.சா.வின் கூற்றை மறுக்க, நிராகரிக்க ரகுநாதன் வைத்த காரணங்கள் வலுவற்றவை; சரியான ஆதாரத்தின் அடிப்படையில் அமையாதவை.

ஆனால், பாரதியின் கவிதைக்குச் சொல், தொடர், கருத்துநிலையில் நீதிபதி வி. கிருஷ்ணசாமி ஐயரின் கருத்துகள் அடியெடுத்துக்கொடுத்தன என மீண்டும் மீண்டும் உ.வே. சா. எடுத்துரைத்த கருத்து சரியன்று என்பதற்கான ஆதாரம் முதன்முறையாக இப்போது கண்டறியப்பட்டுள்ளது.

சென்னை இராசதானிக் கல்லூரியில் வி. கிருஷ்ணசாமி ஐயர் தலைமைதாங்க, 'பிழைக்கும் வழி' ஆசிரியர் ஜி.ஏ. வைத்தியராமன் சொற்பொழிவாற்றிய உ.வே.சா.வால் குறிப்பிடப்படும் நிகழ்ச்சி குறித்த மிக விரிவான சமகாலச் 'சுதேசமித்திரன்' (25.10.1910) இதழ்ப் பதிவு இப்போது கண்டறியப்பட்டுள்ளது. தமிழ்மொழி குறித்துப் பல அரிய செய்திகள் தலைமையுரையிலும் சொற்பொழிவிலும் இடம்பெற்றிருக்கின்றன; விவாதத்திற்குரியவையும் உண்டு. மிக விரிவான அந்தப் பதிவில் "அகஸ்தியர் அருளிய பாஷையாயிற்றே, கம்பர், புகழேந்தி போன்றவர்கள் எடுத்தாண்டதாயிற்றே என்று கருதி" என்னும் தொடரே உ.வே.சா. சொல்லும் நோக்கில் இடம்பெற்றிருக்கின்றது. சென்னை இராசதானிக் கல்லூரியில் நடந்த இந்தக் கூட்டத்திற்கு வருகை தந்து வி. கிருஷ்ணசாமி ஐயரின் பேச்சைக் கேட்டுப் பாரதி மகிழ்ந்தார் என்று தமிழ்த் தாத்தா "ஸ்ரீ சுப்பிரமணிய பாரதியார் அன்று அந்தப் பிரசங்கத்தைக் கேட்டுக்

குதூகலத்தை அடைந்தார். அந்தப் பேச்சு அவர் உள்ளத்திலே ஒரு கிளர்ச்சியை உண்டாக்கியது" *(கலைமகள், ஆகஸ்டு 1939, ப. 106)* எனவும், "அந்தக் கூட்டத்திற்கு வந்திருந்த பாரதியார், அந்தப் பிரசங்கத்தில் மிகவும் ஈடுபட்டார்" *(நினைவு மஞ்சரி, ப. 237)* எனவும் வி. கிருஷ்ணசாமி ஐயரின் பேச்சைப் பாரதி கேட்ட கதையை மீண்டும் மீண்டும் குறிப்பிட்டிருக்கின்றார். இதே நிகழ்ச்சியை விவரித்து எழுதிய எம்.எஸ். சுப்பிரமணிய ஐயரும் "பாரதியாரும் பிரசன்னமாயிருந்தார்... பாரதியார் பரவசம் கொண்டு கிடந்தார், பிரசங்கம் முடியும் வரையில். வீடு திரும்பியதுதான் தாமதம், 'செந்தமிழ் நாடு' என்னும் பாடலை இரவிலேயே பாடி முடித்தார் நமது கவிஞர்" *(பாரதி: சில பார்வைகள், ப. 127)* என்று நேரிற்கண்ட தொனியில் எழுதியிருந்தார். ஆனால் இதற்கெல்லாம் எள்ளளவேனும் வாய்ப்பு உறுதியாக இல்லை. காரணம் இப்போது கண்டுபிடிக்கப்பட்டிருக்கும் 'சுதேசமித்திரன்' பதிவின் வாயிலாக உ.வே.சா. குறிப்பிடும் இந்தக் கூட்டம் நடந்த நாள் 1910 அக்டோபர் 24 எனத் தெள்ளத் தெளிவாக வெளிப்பட்டிருக்கின்றது. இந்த நாளில், இந்தக் கூட்டத்தில் பாரதியார் பங்கேற்கவில்லை. பங்கேற்றிருக்கவே முடியாது. காரணம் ஆங்கிலேயராட்சி எல்லையிலிருந்து தப்பி 1908 செப்டம்பர் முதல் வாரத்திலிருந்து பாரதி புதுச்சேரியில் வசித்துக்கொண்டிருந்தார். இதுதான் உரிய ஆதாரம். எனவே உ.வே.சா. குறிப்பிடுவதெல்லாம் ஞாபகப் பிசகு; காட்சிப்பிழை. இராசதானிக் கல்லூரி மாணவர் தமிழ்ச் சங்கக் கூட்டத்தில் மீண்டும் மீண்டும் பாரதி வந்திருந்த காட்சிகள் உ.வே.சா.வின் நெஞ்சில் நீக்கமற நிறைந்துவிட்டதன் விளைவு அவர் புதுச்சேரியில் புகலிடம் புகுந்திருந்த காலத்தில் நடந்த நிகழ்ச்சியிலும் அவர் வந்திருந்ததாக உ.வே.சா.வை நினைக்கவைத்துவிட்டதுபோலும். 'காண்பவை எல்லாம் பாரதியே போறல்' என்றாகிவிட்டது உ.வே.சா.விற்கு. எப்படியாயினும் உ.வே.சா.வின் மனத்திரையில் கிருஷ்ணசாமி ஐயரின் பேச்சும் பாரதியின் "செந்தமிழ் நாடு" கவிதையும் இரட்டைப் பிறவிகளாக இடம்பிடிக்கும் அளவுக்கு அவரை ஈர்த்திருக்கின்றன என்பது மட்டும் உண்மை. நேரில் கேட்காதபோதிலும் 'சுதேசமித்திரன்' பத்திரிகையில் படித்து அதன் தாக்கத்தில் பாரதி இந்தப் பாடலை இயற்றியிருக்கக்கூடுமா என்றால், உ.வே.சா. விவரிப்பதுபோல் தொடர்கள் அந்தச் சொற்பொழிவுப் பதிவில் விரிவாகவும், அழுத்தமாகவும், தாக்கம் செலுத்துவனவாகவும் இடம்பெறவில்லை. உ.வே.சா. இணைத்து நோக்கிய இந்தப் பதிவு வெறும் காட்சிப்பிழைதான்.

~~

5
பழம்பதிவுகளில் சில சிக்கல்கள்

பாரதியின் முதல் சொற்பொழிவு எனக் கூறப்பட்டது 'கருணை' என்னும் தலைப்பில் இராசதானிக் கல்லூரித் தமிழ் மாணவர் சங்கத்தில் உ.வே.சா. முன்னிலையில் பேசியதாகும். இதனை முதன்முதலாக வெளிப்படுத்திய சீனி. விசுவநாதன் இதனையே பாரதியின் முதல் சொற்பொழிவு என அழுத்தமாக எடுத்துரைத்துள்ளார் (பாரதி இயல்: அறியப்பட வேண்டிய உண்மைகள், பக். 30, 36). இச்சொற்பொழிவு 'சுதேசமித்திரன்' நாளிதழில் 29 ஏப்ரல் 1905, 1 மே 1905, 2 மே 1905 ஆகிய நாள்களில் தொடர்ச்சியாக வெளிவந்திருந்தது. சொற்பொழிவு நாளிதழில் வெளிவந்த காலம் தெரிந்துள்ளதே தவிரச் சொற்பொழிவு நிகழ்ந்த நாள் இதுவரை கண்டறியப்படவில்லை. 1905 ஏப்ரல் சொற்பொழிவு நிகழ்ந்த காலமாகக் கொள்ளப்பட்டிருக்கிறது. இப்பொழிவு கண்டறியப்பட்ட காலகட்டத்தில், இந்தக் காலத்தை ஒட்டிய நிலையில் பாரதியின் வேறு சொற்பொழிவுகள் ஏதும் கண்டறியப்படவில்லை. எனவே இப்பொழிவை முதல் சொற்பொழிவு எனக் கொள்வதில் எந்தச் சிக்கலும் அப்போது இல்லை. ஆனால் இப்போதோ என்னால் 1905 சனவரி 27இல் நிகழ்ந்த 'மாதரின் சுதந்தரங்கள்' என்னும் சொற்பொழிவும், 1905 பிப்ரவரி 27இல் நிகழ்ந்த 'பிரம ஞானமும் ஆசாரத் திருத்தமும்' என்னும் சொற்பொழிவும் கண்டறிந்து வெளிப்படுத்தப்பட்டுள்ளன.

'கருணை' சொற்பொழிவு வெளிவந்த காலத்திற்குமுன் இரு சொற்பொழிவுகள் கண்டறியப்பட்டுள்ள நிலையில் பாரதியின் முதல் சொற்பொழிவு எது எனத் தீர்மானிக்க, 'கருணை' சொற்பொழிவு இதழில் வெளிவந்த காலமல்லாமல் நிகழ்ந்த காலத்தை அறியவேண்டியுள்ளது. 'சுதேசமித்திர'னில் 'கருணை' சொற்பொழிவு வெளிவந்தபோது தலைப்பையடுத்துச் 'சென்னை மாணவர் தமிழ்ச் சங்கத்து வருஷாந்திர மீட்டிங்கில் மிஸ்டர் C. சுப்பிரமணிய பாரதி செய்த பிரசங்கம்' என உள்ள குறிப்பு மட்டுமே காலத்தைத் தேடக் கருவியாக உள்ளது. 1904–1905 கல்வியாண்டில் மார்ச்சு அல்லது ஏப்பிரலில் அந்தக் கல்வியாண்டின் வருடாந்தரக் கூட்டம் நடந்து அதில் பாரதி பேசியிருக்க வேண்டும்; கூட்டம் நடந்ததையொட்டி அடுத்த சில தினங்களில் சொற்பொழிவு வெளிவந்திருக்க வேண்டும். இராசதானிக் கல்லூரியில் 23.8.1905இல் 'திருவள்ளுவர் மாண்பு' என்னும் தலைப்பில் மாணவர் ஆற்றிய உரைக்குத் தலைமை வகித்துப் பாரதி ஆற்றிய உரை அடுத்த சில நாள்களில் 26.8.1905 'சுதேசமித்திர'னில் வெளிவந்ததை இத்தோடு எண்ணிப்பார்க்கலாம். அதேவேளையில் பாரதியின் 'பட்டினத்தார்' சொற்பொழிவு ஏறத்தாழ ஓராண்டுக்குப்பின்தான் 'இந்தியா' இதழில் வெளிவந்தது. ஆனால் அந்த இதழ் வார இதழ் என்பது கவனத்தில் கொள்ளத்தக்கது. நாளிதழைப் பொறுத்தவரை நீண்ட காலத்துக்குப்பின் நிகழ்ச்சியின் பதிவை வெளியிடும் வழக்கம் இல்லை. எனினும் எதிர்காலத் தேடல்கள் சொற்பொழிவின் காலத்தைக் கண்டுதரக் காத்திருப்போம்.

~

இராசதானிக் கல்லூரித் தமிழ் மாணவர் சங்கத்தில் உ.வே.சா. முன்னிலையில் பாரதியார் நிகழ்த்திய இரண்டாம் சொற்பொழிவு பட்டினத்தார் குறித்ததாகும். பிறிதொரு வகையான சிக்கல் இச்சொற்பொழிவு தொடர்பாக எழுகிறது. 1905 மே 3ஆம் தேதியன்று வெளிவந்த 'சுதேசமித்திரன்' நாளிதழில் அதே நாளில் 'பட்டணத்து பிள்ளையின் வாழ்க்கை யாராய்ச்சி' என்னும் தலைப்பில் து.அ. கோபிநாத் ராவ் தலைமையில் பாரதி சொற்பொழிவு ஆற்ற உள்ளதாகச் செய்தி வெளிவந்தது. மீண்டும் 1905 மே 10ஆம் தேதி 'சுதேசமித்தி'ரனில் 'பட்டினத்துப் பிள்ளையின் வாழ்க்கையும் போதனையும்' என்னும் தலைப்பில் மே 9ஆம் தேதியன்று பூவை கலியாணசுந்தர முதலியார் தலைமையில் பாரதி சொற்பொழிவு ஆற்றியதாகச் செய்தி வெளிவந்திருந்தது. முதல் செய்திக்குறிப்பு நிகழ்ச்சி நடக்கவிருப்பது பற்றிய பதிவு; இரண்டாவது செய்திக்குறிப்பு நிகழ்ச்சி நடந்தது பற்றிய பதிவு. இரண்டும் பட்டினத்தார் குறித்தவைதாம். ஆனால் தலைப்புகள் வேறுபட்டு அமைந்துள்ளன. இரு நிகழ்ச்சிகளிலும் தலைமை

வகிப்போர் வேறுபட்டிருக்கின்றனர். முதல் நிகழ்ச்சி நடக்கவிருந்து, நிகழ்ச்சி நடக்காமல் தள்ளிவைக்கப்பட்டு நடந்த நிகழ்ச்சியே இரண்டாவது நிகழ்ச்சி என்பதா? ஒரு பொருண்மையிலான இரு தலைப்புகளில் அமைந்த இரு சொற்பொழிவுகள் என்பதா? இரண்டாவது நிகழ்ச்சி நடந்தது மட்டும் உறுதி. பட்டினத்தார் குறித்த இச்சொற்பொழிவுகளின் காலம் 1905 மே 3, 9 தேதிகளாகும். இச்சொற்பொழிவு பாரதியார் ஆசிரியராகச் செயல்பட்ட 'இந்தியா' வார வெளியீட்டின் 10.11.1906, 17.11.1906 ஆகிய இரு இதழ்களில் தொடர்ந்து வெளிவந்தது. சொற்பொழிவு வெளிவந்த காலமாகிய 1906 நவம்பர் என்பதையே முன்னோடிகள் சொற்பொழிவு நிகழ்ந்த காலமாகக் குறித்துவிட்டனர். 'இன்னும் வரும்' என்னும் குறிப்போடு இரண்டாம் இதழின் சொற்பொழிவின் எழுத்து வடிவம் நிறைவு பெற்றிருந்தது. பின்னர் இதழ்களில் தொடர்ச்சி வெளிவந்ததாகத் தெரியவில்லை. ரா.அ. பத்மநாபன்,

> 1906–ஆம் ஆண்டு இளம் பாரதியார் சென்னையில் பிரஸிடென்ஸி காலேஜ் தமிழ்ச் சங்கக் கூட்டத்தில் பட்டினத்தார் பற்றிச் செய்த தமிழ்ப் பிரசங்கத்தின் சுருக்கம், அதே காலத்தில் அவரது "இந்தியா" பத்திரிகையில் வெளிவந்தது
>
> (பாரதி புதையல் பெருந்திரட்டு, ப. 287)

எனவும், சீனி. விசுவநாதன்,

> இதனைத் தொடர்ந்து, சுமார் 8 மாத இடைவெளிக் கப்பால் மீளவும் ராஜதானிக் கல்லூரி மாணவர்களின் அழைப்புக்கிணங்க 1906 நவம்பரிலே – 'பட்டினத்துப் பிள்ளையின் சரித்திரம்' பற்றி அரியதோர் சொற்பொழிவை ஆற்றினார், பாரதி.
>
> (பாரதி இயல்: அறியப்பட வேண்டிய உண்மைகள், ப. 38)

எனவும் குறிப்பிட்டுச் சொற்பொழிவு வெளிவந்த காலத்தையே சொற்பொழிவு நடந்த காலமாகவும் கொண்டுவிட்டனர். அண்மையில் என்னால் கண்டுபிடிக்கப்பட்ட 'சுதேசமித்திரன்' பதிவுகளின் வாயிலாக இப்போது குறிப்பிடப்பட்டு வருவதற்கு மாறாக ஏறத்தாழ ஒன்றரை ஆண்டுகள் முன்னதாகவே சொற்பொழிவு நடந்துவிட்டது தெளிவாகியுள்ளது. முன்னோடிகள் தவறாகக் கொண்ட காலவரையறையாகிய 1906 நவம்பர் என்பதைச் சரியெனக் கொண்டால் உ.வே.சா. குறித்துப் பாரதி பாடல் புனைந்தது, மகாமகோபாத்தியாய பட்டம் பெற்றதையொட்டி நிகழ்ந்த பாராட்டுச் சபையில் பாடல்

வாசித்தது யாவும் பட்டினத்தார் குறித்த சொற்பொழிவுக்கு முன்பு நிகழ்ந்ததாக ஆகிவிடும். வரலாறே தலைகீழாகிவிடும். உண்மையில் பட்டினத்தார் குறித்த சொற்பொழிவுக்குப் பின்பே பாரதி உ.வே.சா.வை வாழ்த்திப் பாடல் புனைந்ததும் வாசித்ததும் நிகழ்ந்துள்ளன.

~

உ.வே.சா. குறித்த பாரதியின் பாடல் வெளிப்பட்ட வரலாற்றிலும் ஒரு சிக்கல் இருக்கிறது. இப்பாடல் முன்னர்ப் பாரதியியலாருக்குச் 'சக்ரவர்த்தினி' இதழின் வாயிலாகவே கிடைத்திருந்தது. இவ்விதழ் 1906 பிப்ரவரி எனக் குறிப்பிடப்பட்டு வெளிவந்திருந்தது. அண்மையில் கண்டறியப்பட்ட 'சுதேசமித்திரன்' ஆதாரங்களால் மகாமகோபாத்தியாய பட்டம் வழங்கப்பெற்றதையொட்டி இராசதானிக் கல்லூரியில் நடைபெற்ற பாராட்டு நிகழ்ச்சி 1906 மார்ச்சு 17ஆம் தேதி நடைபெற்றது என்பதையும், மார்ச்சு 19ஆம் தேதி பாரதியின் வாழ்த்துப் பாடல் 'சுதேசமித்திர'னில் வெளிவந்தது என்பதையும் தெள்ளத்தெளிவாக அறியமுடிந்துள்ளது. இதனை உறுதிசெய்யும் வகையில் உ.வே.சா. நூலகத்தில் பாதுகாக்கப்பெற்றுவரும் நிகழ்ச்சியின் அழைப்பிதழ், கி.வா. ஜகந்நாதன் வெளிப்படுத்திய இராசதானிக் கலாசாலைத் தமிழ் மாணவர் சங்க அறிக்கை ஆகியனவும் அமைந்துள்ளன. நிகழ்ச்சி நடந்த நாள் மார்ச்சு 17ஆக இருக்க, அந்நாளில் பாரதி வாழ்த்துக் கவிதை இயற்றி வாசித்திருக்க, 19ஆம் தேதி 'சுதேசமித்திர'னில் வெளிவந்திருக்க, பாரதியின் கவிதை எங்ஙனம் பிப்ரவரி 'சக்ரவர்த்தினி' இதழில் "சென்னை பிரஸிடென்ஸி காலேஜில் மிஸ்டர் ஸி. சுப்பிரமணிய பாரதி, மகாமகோபாத்தியாய சாமிநாதய்யரைப் பற்றிச் சொல்லியன" என்னும் குறிப்போடு வெளிவந்திருக்க முடியும் என்ற கேள்வி எழுகின்றது. நிகழ்ச்சி நடப்பதற்கு முன்பே நிகழ்ச்சியில் வாசிக்கப்பட்ட குறிப்போடு வெளிவந்த வடிவம் திகைக்கவைத்தாலும், நாளிதழ்கள் முன்பின்னாக வெளிவர வாய்ப்பில்லை, மாத இதழ் தாமதமாக வெளிவர வாய்ப்புள்ளது என்பதை எண்ணிப்பார்க்கவேண்டியுள்ளது. பிப்ரவரி 1906 என்னும் பொறிப்போடு இருப்பினும் ஓரிரு மாதங்கள் தாமதமாக மார்ச்சு மாத நிகழ்வையும் தன்னகத்தேகொண்டு இதழ் வெளிவந்துள்ளது என அமைதி காணவேண்டியுள்ளது.

~~

நிறைவுரை

இருபதாம் நூற்றாண்டின் முதற் காற்பகுதியில் தமிழுலகில் ஓர் அதிசயம் நிகழ்ந்தது, அதிசயம் நிகழ்ந்ததனைப் பிறர் அறியாமலேயே. பழந்தமிழ்ப் புலமையின் நண்பகல் ஞாயிறும் புதுத்தமிழ் மலர்ச்சியின் உதயஞாயிறும் எதிரெதிரே சந்தித்துக்கொண்டன; உறவாடின; உரையாடின. ஒன்றின் பேரொளியைப் பிறிதொன்றும் ஒன்றின் வளரொளியை இன்னொன்றும் எதிர்கொண்டது; பயன்கண்டது; ஏற்றுப் போற்றியது. காணற்கரிய அந்தத் திருக்காட்சியைக் கண்ணெதிரே அந்நாளைய சென்னை இராசதானிக் கல்லூரியின் இளமாணவர் கூட்டம் கண்டது. ஆனால் கண்ணெதிரே காட்சி தந்த உதயஞாயிறுதான் இருபதாம் நூற்றாண்டுத் தமிழ்க்கவிதை உலகின் ஒருபெரும் தனிஞாயிறு என்பதனை அவர்கள் உணரக்காலம் வாய்ப்பளிக்காத நாள்கள் அவை. தமிழ்த்தாத்தாவாக மலர்ந்த உ.வே. சாமிநாதையர் வகுப்பாசிரியராகக் காட்சிதர, தமிழ்த்தாதாவாக உருப்பெற்றுக் கொண்டிருந்த பாரதியார் இதழாசிரியராக மாட்சிதர, ஈராசிரியரும் தங்களை வகுப்பு மன்றத்திலும் தமிழ் மாணவர் மன்றத்திலும் வழிநடத்திய காலங்களில் பலநூறு மாணவர்கள் மகிழ்ந்திருந்த கோலக்காட்சிகள் வரலாற்றின் ஒளிமங்கிய பனிப்படலங்கள் கிழித்து இப்போது ஒளிமிக்க பக்கங்களாகக் கவனம் பெறுகின்றன.

பத்துப்பாட்டும் புறநானூறும் பதிற்றுப்பத்தும் சிந்தாமணியும் சிலப்பதிகாரமும் உ.வே. சாமிநாதையரின் பதிப்புக் கொடையாகப் பளிச்சிட்டுத் திகழ்ந்த நாள்களில், தமிழுலகின் புதிய

பாதைகளை உருவாக்கத் தொடங்கினார் பாரதி. தொடக்கம்தான் எனினும் பாரதியின் முயற்சி ஒளிமிகுந்த தொடக்கமாக உருப்பெற்றது. மகத்தான தமிழின் வரலாறு முன்னெப்போதும் கண்டிராத திருப்பத்தைக் காணத்தொடங்கியது. இருபதாம் நூற்றாண்டுத் தமிழின் பரப்பில் இருபெரும் நாயகர்களாகத் திகழும் பாரதியும் உ.வே.சா.வும் நேரடித் தோற்றத்தில் நடப்புவாழ்வில் அருகருகே காட்சி தந்ததைப் போல், பின்னாள்களிலும் இந்நூலிலும் இணைநாயகர்களாகக் காட்சி தருவதைப் போல் ஒருமுறை தலைநாள்களிலேயே தத்தம் நூல்கள் குறித்த பதிவுகளால் அருகருகே காட்சி தந்த வரலாற்று நிகழ்வொன்றும் வரலாற்றில் தோற்றம்கொண்டது.

1908 பிப்ரவரி 13. தமிழ் இதழியல் வரலாற்றிலும் பாரதி — உ.வே.சா. வரலாற்றிலும் நினைவில் கொள்ளவேண்டிய இரு பதிவுகள் ஒருசேர வெளிப்பட்டன. பழம்பெரும் நாளிதழான சுதேசமித்திரனின் முதற்பக்கத்தில் இதழின் தலைப்பை அடுத்த தலைப்பகுதியில் பழந்தமிழும் புதுத்தமிழும் அருகருகே அடுத்தடுத்து இடம்பெற்றன. பண்டைத் தமிழைக் காத்தளித்த உ.வே.சா.வும் புதுமைத் தமிழை யாத்தளித்த பாரதியும் பக்கத்தில் பக்கத்தில் இடம்பெற்றனர். "நமது தமிழ்ப் பாஷையில் இதுவரையில் தோன்றியிராத பாடல்கள்" என்னும் குறிப்போடு பாரதியின் "ஸ்வதேச கீதங்கள்" நூலின் அறிவிப்பும், உ.வே.சா. அரும்பாடுபட்டு உருவாக்கிய பஞ்சகாவியங்களில் ஒன்றாகிய "சிந்தாமணி"யின் இரண்டாம் பதிப்பு அறிவிப்பும் ஒருசேரத் தோற்றம்காட்டின. பாரதியின் படைப்பு குறித்த அறிவிப்பு இந்தியா இதழின் சார்பாக வெளிவந்திருக்க, உ.வே.சா.வின் பதிப்பு குறித்த அறிவிப்பை அவரே வெளியிட்டிருந்தார்.

சென்னை இராசதானிக் கல்லூரியின் தமிழ் மாணவர் சங்கத்தில் பாரதி சொற்பொழிவுகள் ஆற்றவும், பாடல்கள் இசைக்கவும், மாணவர்தம் உரைக்குத் தலைமை தாங்கவும் இடம்தந்து ஆசிரியராகவும் தமிழ்மாணவர் சங்கத் தலைவராகவும் வீற்றிருந்த உ.வே.சா. இளைய பாரதியின் வளர்நிலைகளுக்கு வழிசமைத்துக் கொண்டிருக்க, சுதேசமித்திரன், சக்ரவர்த்தினி, இந்தியா, பாலபாரதா இதழ்களின் வாயிலாக உ.வே.சா.வின் அரும்பெரும் பணிகளையும் பேராளுமையையும் பாரதி கொண்டாடிக் கொண்டிருக்கத் தமிழுலகின் முதுமையும் புதுமையும் உறவாடிக்கொண்டிருந்தன. நேரடி நிலையிலும் தமிழுணர்வு நிலையிலும் தமிழுறவு நிலையிலும் இணைந்து நின்ற இந்த இருபெரும் ஆளுமைகளை வரலாறு என்றென்றும் தொடர்ச்சியாக இணைத்தே எண்ணி வருகின்றது. சென்னைத் திருவல்லிக்கேணியில் இவ்விருவரின் திருவுருவப் படங்கள்

திறந்துவைக்கப்பட்டபோது, அறிஞர் வையாபுரிப் பிள்ளை வழங்கிய கீழ்க்காணும் உரையும் இந்த வரலாற்றில் குறிப்பிடத்தக்கது.

> இவ் இரு பெருந்தகைமையாளரின் திருவுருவங்களும் நமது இளைஞர்கள் எப்பொழுதும் தியானித்துவரத் தக்கன. இவ் இருவரது வாழ்க்கைகளும் நம்நாட்டு இளைஞர்களுக்குப் பயன்படக் கூடிய பல உபதேசங்களைத் தரவல்லன.
>
> (தமிழ்ச் சுடர்மணிகள், ப. 283)

இந்த மரபில் உ.வே.சா. வின் மாணவரும் கலைமகளின் ஆசிரியருமாகிய, உ.வே.சா. இயலிலும் பாரதியியலிலும் குறிப்பிடத்தக்க நிலைகளில் பங்களித்தவருமாகிய கி.வா. ஜகந்நாதன்,

> சென்ற நூற்றாண்டின் இறுதியில் தோன்றி இந்த நூற்றாண்டில் மறைந்த இரண்டு பெரும்புலவர்கள் தமிழுக்கு ஆக்கத்தை அளித்துப் புகழ் படைத்தனர். ஒருவர் மகாகவி சுப்பிரமணிய பாரதியார்; மற்றொருவர் மகாமகோபாத்தியாய டாக்டர் உ.வே. சாமிநாத ஐயரவர்கள். பாரதியார் அற்புதமான புதிய கவிதைகளைப் பாடித் தமிழ் மகளை அலங்கரித்தார். ஐயரவர்களோ இரண்டாயிரம் ஆண்டுகளுக்கு முன்னர்த் தோன்றிய சங்க நூல்களையும் வேறு பழைய காவியங்களையும் கண்டெடுத்து ஆராய்ந்து அருமையான முறையில் பதிப்பித்து உதவினார்கள். அந்த நூல்களால் உலகம் முழுவதும் தமிழின் தொன்மையையும் பெருமையையும் பண்டைத் தமிழ் நாகரிகத்தையும் தெரிந்துகொண்டது.
>
> (இந்திய இலக்கியச் சிற்பிகள்: தமிழ்த் தாத்தா, 'முன்னுரை')

என மொழிந்தது வையாபுரிப்பிள்ளை வகுத்த மரபில் நின்று வழிமொழிந்த வாசகமாகும்.

இந்த இணைத்து நோக்கும் வரலாறு வெவ்வேறு வடிவங்களில் காலந்தோறும் தொடர்ந்துகொண்டே இருக்கின்றது. சென்னை மாநிலக் கல்லூரியில் உ.வே. சாமிநாதையரின் சிலை நிறுவப்பட்டபோது சிலையின் பீடத்தில் பாடல் வடிவில் பாரதியார் இணைந்தே இடம்பெற்றார். இந்த வரலாற்று வரிசையில் இருவரையும் முதன்முறையாக முழுமை நோக்கில் நூல் வடிவத்தில் முன்வைப்பதாக இந்த நூல் அமைகின்றது.

இணைத்தெண்ணுவதும், ஒற்றுமை கொள்வதும், ஒன்றுபடுத்திப் பார்ப்பதும் மட்டுமா நம் மரபு? பேதப்படுத்திப் பார்ப்பதும் வேற்றுமையை விதைப்பதும்கூடச் சில நேரங்களில் சில பெருமக்களின் செயல்களல்லவா? மாபெரும் முன்னோடிகளும் முழுதறிந்த பெருமக்களும் இதற்கு விதிவிலக்கல்லவே! சில அவசரக் குடுக்கைகளின் அன்றாடப் பணி இத்தகைய திருப்பணி என்பதைச் சொல்லவும் வேண்டுமோ? சிறுமுரணும் ஒருகசப்பும் எந்தக் குறைகூறலும் விமர்சனமும் வெளிப்படாத உறவுகொண்ட இருபெருமக்களுக்கிடையில் முரணிருந்ததாக, மோதல் இருந்ததாக எழுதுவதும் பேசுவதும் தமிழுலகில் தொடர்ந்து நிகழ்ந்துகொண்டிருக்கின்றன. இந்தக் களத்தில் உயரிய வகையில் ஒன்றுபடுத்திப் பார்த்த, ஒப்பிட்டுப் பேசிய வையாபுரிப் பிள்ளையும், பின்னைய கா. சிவத்தம்பியும் அ. மார்க்சும்கூட இடம்பிடித்துவிடுகின்றனர் என்பது வேதனை. சாரு நிவேதிதா போன்ற இன்ன பிறரும் அவசரப்படுவது வாடிக்கையும் இயல்பும்தானே. இவற்றுக்கெல்லாம் இந்த நூல் மறுக்க இயலா அரிய ஆதாரங்களின் அடிப்படையில் பதில் அளிக்கிறது; தெளிவு தருகிறது; உண்மைகளை உறுதி செய்கிறது.

உ.வே.சா.விற்குத் தேசபக்தி இல்லை எனவும், இந்திய விடுதலை இயக்கத்திற்குப் பங்களிக்கவில்லை எனவும் பலர் கருதுகின்றனர். பாரதிக்குப் பழந்தமிழ்ப் புலமை இல்லை எனச் சிலர் கருதுகின்றனர். இரண்டிலும் உண்மை இல்லை என்பதே உண்மையாகும். நேரடியாகப் பலபட வெளிப்படுத்தாதபோதிலும் உ.வே.சா. தேசபக்தி கொண்டவரே. இந்திய விடுதலைக்கு முன்பாகவே காங்கிரசு பொன்விழா மாநாட்டில் ஆளும் ஆங்கிலேய அரசிற்கு அஞ்சித் தயங்காமல் பங்கேற்று விரிவாகப் பாரதியைப் பற்றி உ.வே.சா. பேசியிருக்கின்றார். தேசபக்தி பற்றியெல்லாம் குறிப்பிட்டிருக்கின்றார். பாரதி இந்திய விடுதலை இயக்கத்திற்குச் சங்க இலக்கியத்தைக் குறிப்பாகப் புறநானூற்றைக் கருவியாகப் பயன்படுத்த மறைமுகக் காரணமும் பங்களிப்பும் உ.வே.சா.வினுடையனவே. ஆங்கிலேயர் ஆட்சியின் பாராட்டுகள், மானியங்கள், ஆதரவுகள் பெற்றவராயினும் தேசபக்திக்கு மறைமுகமாகத் தூண்டுதல் தரும் புறநானூறு உள்ளிட்ட இலக்கியங்களை வெளிப்படுத்திய வகையில் விடுதலை இயக்கத்திற்கும், தாய்மொழி, தாய்நாடு என்னும் கருத்தியலுக்கும் உ.வே.சா. பங்களித்தே இருக்கின்றார். புறநானூறு தொட்டுச் சிலப்பதிகாரம் சிந்தாமணி கம்பன் காவியம் எனத் தமிழ் மரபில் ஊறித் திளைத்தவரே பாரதியும். பாரதியின் பழந்தமிழ்ப் புலமை, மரபில் திளைத்த மாட்சி குறித்துத் தற்குறிக் கேள்விகளை எவர் எழுப்பினும் துல்லியமான விடைகளாகத்

துலங்குவன தமிழ் மூதறிஞர்கள் விபுலானந்தர், தனிநாயக அடிகள், வ.சுப. மாணிக்கம் உள்ளிட்டோர் வெளிப்படுத்தியுள்ள விளக்கங்களேயாம். இருவரைக் குறித்தும் முழுமை உணராத வினாக்கள் வெளிப்பட்டிருப்பதைப் போலவே முழுமை உணர்த்தும் விடைகளும் வெளிப்பட்டிருக்கின்றன என்பதே மகிழ்ச்சிதரும் வரலாறாகும். எனினும் வெளிப்பட்டவை வெளிச்சம் பெறவேண்டும் என்பதே தேவை.

பாரதியியலில் விடையளிக்கவேண்டிய தவறான குற்றச்சாட்டுகள், விமர்சனங்கள், வினாக்கள் என இப்படிப் பல உள. தமிழுலகில், பாரதியியலில் தெளிவுகொள்ள வேண்டிய களங்களுள் ஒன்றாகப் பாரதியையும் உ.வே.சா.வையும் மையமிட்ட களம் காட்சி தருகிறது. தெளிவுக்கு இந்நூல் வழிகோலும். துணைப்பயனாக இந்நூலில் இடம்பெற்றுள்ள பல புதிய எழுத்துரைகளால், ஆவணங்களால் பாரதியை, உ.வே.சா.வை மேலும் நுட்பமாகப் புரிந்துகொள்ளவும் இயலும். சான்றாக ஒன்றைச் சுட்டிக்காட்டுதல் தகும். 1905ஆம் ஆண்டு உ.வே.சா.வின் முன்னிலையில் பேசியபோது பாரதி, திருவள்ளுவரைப் பெரும் மகானாகக் கொண்டாரேயன்றி மகாகவியாகக் கொள்ளவில்லை. ஆனால் அந்தப் பேச்சில் இளங்கோவையும் கம்பனையும் அவர் மகாகவிகளாகக் கொண்டார். காவியங்களும் நாடகங்களும் சிறக்கப் படைப்பவர்களே மகாகவிகளாகத் திகழமுடியும் என்பது 23 அகவை பாரதியின் கருத்தாக இருந்திருக்கின்றது. ஆனால் கால ஓட்டத்தில் பாரதியின் கருத்து வளர்ச்சியில், 1916ஆம் ஆண்டில் திருவள்ளுவர், இளங்கோ, கம்பர் மூவரையுமே மகாகவிகளாகக் கொண்டார்; கொண்டாடினார். "தமிழ்நாட்டில் இப்போது 'புதிய உயிர்' தோன்றியிருப்பதால், நாம் இவ்விஷயத்தில் தமோ குணம் செலுத்தாமல் கம்பன், இளங்கோ, திருவள்ளுவர் முதலிய மஹாகவிகளுக்கு ஞாபகச் சிலைகளும் வருஷோற்சவங்களும் ஏற்பாடு செய்ய வேண்டும்" என்பது வளர்ச்சி வரலாற்றில் கனிந்த பாரதியின் கருத்தாகும். இப்படி ஒரு கவிஞனின் வளர்ச்சி வரலாறு உள்ளிட்ட இன்னும் பலவற்றைப் புரிந்துகொள்ளவும் இந்நூல் துணையாகும். பாரதியின் முழுமைகாண இந்நூல் ஆதாரபூர்வமான கை விளக்கு. ஒளி பரவட்டும்.

~~

பின்னிணைப்புகள்

பகுதி 1

பாரதி பார்வையில் உ.வே.சா.

1

மகாமகோபாத்தியாய சாமிநாதய்யர்

பலவகைத் தானங்களிலே நல்லறிவுத் தானமே விசேஷ முடையதென்று மேலோர் சொல்வார்கள். அழிந்துபோன ஆலயங்களை மறுபடி புதுக்கிக் கட்டிப் பிரதிஷ்டை புரிந்தோர், நெடுங்காலமாக நின்றுபோன அன்னசத்திரங்களுக்கு மறுபடியும் உயிரளிப்போர், வறண்டு மண்ணேறிப் போய்க் கிடக்கும் தடாகங்களை மறுபடி வெட்டி நலம்புரிவோர் என்னும் பலவகையாரினும், மங்கி மறைந்துபோய்க் கிடக்கும் புராதனப் பெருங் காவியங்களைப் பெருமுயற்சி செய்து திரும்ப உலகத்துக்கு அளிக்கும் பெரியோர்கள் புண்ணியத்திற் குறைந்தவர்களல்லர். மேலும், புகழ் நிலைக்குந் தன்மையில் மற்றெல்லோரைக் காட்டிலும், இவரே சிறந்தவராவார்.

பிரமஸ்ரீ உ.வே.சாமிநாத ஐயர் மேற்கூறப்பட்ட பெருந் தருமத்தை நன்கு புரிந்தவர். சிந்தாமணி, சிலப்பதிகாரம், மணிமேகலை முதலிய பழந்தமிழ் நூல்களை இன்று நம்மவர் கற்றுக் களிப்பது சாமிநாத ஐயருடைய கருணை மிகுதியாலல்லவோ? இவருக்கு கவர்ன்மெண்டார் "மஹாமஹோபாத்தியாய"ப் பட்டம் கொடுத்துப் பெருமைப்படுத்தியது மிகவும் பொருத்தமுடைய விஷயமே. இன்னும் நெடுங்காலம் இம்மஹா [மஹோ] பாத்தியாயர் சீரும் சிறப்பும் பெற்று, தமிழுலகத்தாருக்கு இனியன புரிந்து வாழவேண்டுமென்பதே எமது விருப்பம்.

சென்னை பிரஸிடென்ஸி காலேஜில் மிஸ்டர் ஸி. சுப்பிரமணிய பாரதி மகாமகோபாத்தியாய சாமிநாதய்யரைப்பற்றிச் சொல்லியன

செம்பரிதி யொளிபெற்றான், பைந்நறவு
சுவைபெற்றுத் திகழ்ந்த தாங்கண்
உம்பரெலாம் இறவாமை பெற்றனரென்
றெவரேகொல் உவத்தல் செய்வார்?
கும்பமுனி யெனத்தோன்றும் சாமிநா
தப்புலவன் குறைவில் சீர்த்தி
பம்பலுறப் பெற்றனனேல் இதற்கென்கொல்
பேருவகை படைக்கின் றீரே? (1)

அன்னியர்கள், தமிழ்ச்செவ்வி யறியாதார்
இன்றெம்மை யாள்வோ ரேனும்
பன்னியசீர் மகாமகோ பாத்தியா
யப்பதவி பரிவி னீந்து
பொன்னிலவு குடந்தைநகர்ச் சாமிநா
தன்றனக்குப் புகழ்செய் வாரேல்
முன்னிவனப் பாண்டியர்நா ளிருந்திருப்பி
னிவன்பெருமை மொழிய லாமோ? (2)

நிதியறியோம், இவ்வுலகத் தொருகோடி
வகையின்ப* நித்தந் துய்க்கும்
கதியறியோம், என்றுமனம் வருந்தற்க
குடந்தைநகர்க் கலைஞர் கோவே!
பொதியமலைப் பிறந்தமொழி வாழ்வறியும்
காலமெலாம் புலவோர் வாயிற்
றுதியறிவாய் அவர்நெஞ்சின் வாழ்த்தறிவாய்
இறப்பின்றித் துலங்கு வாயே. (3)

- *பாரதியின் கையெழுத்துப் பிரதி*
- *சுதேசமித்திரன்*, 19.3.1906, ப.2.
- *சக்ரவர்த்தினி*, பிப்ரவரி 1906, *ப.153*

* பாடவேறுபாடு: 'யின்பவகை' (*சுதேசமித்திரன், சக்ரவர்த்தினி*)

2

The Language that is Akin to the Sweet South Wind

தென்றலுடன் பிறந்த பாஷை

"தமிழ்ப் பாஷையின் இனிமை" என்ற தலைப்பெயருடன் சென்னை "சுதேச மித்திரன்" பத்திரிகையிலே இனியதோர் குறிப்பு எழுதப்பட்டிருக்கின்றது. அதனை மற்றோரிடத்திலே எடுத்துப் பிரசுரித்திருக்கிறோம். தென்றலுடன் பிறந்த தமிழ் மொழியின் இனிமையைப் பற்றி டாக்டர் ஜி.யூ.போப் என்னும் புகழ் பெற்ற விற்பன்னர் கொண்டிருக்கும் மதிப்பை அதிலெடுத்துக் காட்டியிருப்பது, தமிழர்கள் அனைவரும் கண்டு மகிழத்தக்கதாக இருக்கின்றது. ஆங்கிலப் பெண்களின் இதழ் நயத்திற்கும், செவி நுட்பத்திற்கும், அபிருசிக்கும் தமிழைப் போன்ற பொருத்தமுடையது வேறெந்தப் பாஷையும் கிடையா தென்று போப் கூறுகிறார். தற்காலத்திலே நம் நாட்டவர்கள் நமது அருமைத் திருமொழியின் சுவையை வளர்க்க முயலாமல் அதனின்பமெல்லாம் பாழாக விட்டிருப்பதைப் பற்றி ஷ குறிப்பெழுதியவர் மிகுந்த கோபமுணர்த்தி யிருக்கின்றார். நாம் அந்த விஷயங்களில் நமக்கேற்பட்டிருக்கும் அனுபவங்களைப் பல வாரங்களின் முன்பு ஒருதடவை விஸ்தாரமாக எழுதியிருக்கிறோம். பொறுப்பென்பதே யற்ற சில மூட வாலிபர்கள் தாம் அரைகுறையாகக் கற்றிருக்கும் அன்னிய பாஷைத் தருக்கு மேலிட்டவர்களாகி, தமிழ் மொழியே இறந்துபோய் விடவேண்டு

மென்றும், அதற்குப் பதிலாக நாடெங்கும் ஆங்கிலப் பயிற்சியிலே மிகுந்து விடவேண்டுமென்றும் கூறுவதை நன்கு கண்டித்துப் பேசியிருக்கிறோம். இவர்கள் கிடக்க, மற்றப்படி பொதுவாக இந்நாட்டில் ஆங்கிலங் கற்றோரெல்லாம் சுபாஷாபிமானம் என்பது மிகவும் குன்றியிருப்பதுமன்றி, அதன் நயமறியாது திட்டுவதை நினைக்கும்போது நமக்கு வருத்தமுண்டாகிறது. இதன் சம்பந்தமாக, சென்னை பிரஸிடென்ஸி காலேஜ் தமிழ்ப் பண்டிதராகிய மஹாவித்வான் சாமிநாத அய்யர் சொல்லிய வார்த்தையொன்று நமது நெஞ்சை விட்டு ஒருபோதும் அகலமாட்டாது.

ஷ காலேஜ் தமிழ்ச்சங்கத்தில் ஓர் மீடிங் நடந்தது. தமிழ்ப் பாஷையின் அருமையைப் பற்றி ஏதோ பிரஸ்தாபம் வந்தது. அப்போது சாமிநாத அய்யர் அவர்கள் எழுந்து பின்வருமாறு கூறினார்:

ஆங்கிலேய பாஷையின் இலக்கிய நூல்கள் எத்தனையோ அருமையான கருத்துகள் ததும்பிக் கிடப்பதாகச் சொல்கிறார்கள். அந்த பாஷை எனக்குத் தெரியாது. ஆதலால் அவ்விஷயத்தில் ஒருவிதமான அபிப்பிராயமும் என்னால் கொடுக்க முடியாது என்ற போதிலும், மேற்கண்டவாறு சொல்வோர் தமிழ்ப் பாஷையிலே அவ்விதமான அருமையான விஷயங்கள் கிடையாதென்று சொல்லும்போது உடன் எனக்கு வருத்த முண்டாகிறது. இவ்வகுப்பினர்களுடன் நான் எத்தனை முறையோ சம்பாஷணை செய்திருக்கிறேன். அந்த சமயங்களிலே நான் இவர்களுடைய தமிழ் வன்மையைப் பரிசோதனை புரிந்திருக்கிறேன். இவர்கள் அத்தனை சிறந்த பண்டிதர்களென்று எனக்குப் புலப்படவில்லை. பழங்காலத்துத் தமிழ் நூல்களிற் பயிற்சி யில்லாத இவர்கள் அவற்றைப் பற்றி இழிவான அபிப்பிராயங் கொடுப்பதுதான் வெறுக்கத்தக்கதாக இருக்கின்றது என்று அப்பண்டிதர் முறையிட்டார். வாஸ்தவம்தானே? சூரியனே பார்த்திராத குருடன் அதன் நிற முதலியவற்றைப் பற்றி ஏன் அபிப்பிராயங் கொடுக்க வேண்டும்? "போப் முதலான விற்பன்னர்கள் இவர்களிருக்கும் திசை நோக்கிக் காறியுமிழும் வண்ணமாக" நம்மவர்களிற் சிலர் நடந்து கொள்கிறார்களென்று மேற்கூறப்பட்ட குறிப்பில் எழுதப்பட்டிருப்பதை நாம் முற்றிலும் அங்கீகாரம் செய்து கொள்கிறோம்.

~~

- இந்தியா, 4.8.1906, ப. 7.

3

An Ancient Tamil Lady of Ever-Sacred Memory

அழியாப் புகழ்கொண்ட ஓர் பழங்காலத் தமிழ் மாது

"புறநானூறு" என்னும் அரிய தமிழ் நூல் எத்தனையோ பல நூற்றாண்டுகளின் முன்னர் தொகுக்கப்பட்டது. பின்னிட்ட நூல்களைப் போல இது புராண கதைகளை விரிக்கும் தன்மை யுடையதில்லை. அக்காலத்தில் தமிழ்நாடு இருந்த நிலைமையையும், தமிழ் மன்னர்கள் செய்த போர்களையும், இன்னும் பல இயற்கைச் செய்திகளையும் விளக்கிக் கூறுவது. இந்நூலிலிருந்து சென்னை பிரஸிடென்ஸி காலேஜ் தமிழ்ப் பண்டிதராகிய ஸ்ரீ. வி. சாமிநாத அய்யர் சென்ற மதுரைத் தமிழ்ச் சங்க வருடாந்தக் கூட்டத்தின் போது ஓர் பாடலெடுத்துக்கூறிப் பொருள் விரிக்கும்படி நேரிட்டது. தமிழ்ப் படிப்பினால் காரியமில்லை யென்றும், ஆங்கிலேய நூல்கள் படிப்பதனாலுண்டாகும் தேசபக்தி, பெருந்தனமை முதலியவை உண்டாகா வென்றும், சிலர் அறியாமையால் கருதுகிறார்களல்லவா? இவ்வாறு நினைப்பது பிழையென்பதை விளக்கும் பொருட்டாக ஸ்ரீ அய்யரவர்கள் ஷெ பாடலை எடுத்துக் கூறினர். அதிலே ஓர் ரணவீரனது தாயைப் பற்றிப் பிரஸ்தாபமுளது. இந்த அம்மை தனது ஒரே மகனை யுத்தத்துக்கு அனுப்பிவிட்டு வீட்டிலிருந்தாள். 'போர் முகத்துக்குச் சென்றிருக்கும் மகன் வெற்றியுடன் திரும்பி வருவான், அல்லது களத்திலே சுதேசத்தின் பொருட்டாக இறந்து விடுவான். இவற்றில் எது செய்தாலும் நலமே' யென்று இத்தாய் எண்ணியிருந்தனள். அப்படியிருக்க யாரோ

ஒரு பொய்யன் வந்து இந்தப் பெருமாட்டியிடம் "அம்மா, உமது பிள்ளை யுத்த முகத்திலிருந்து பின்னிடைந்து ஓடிவந்து விட்டான்" என்று சொன்னான்.

"ஐயோ, தாயப்பூமியின் பொருட்டாக இரத்தம் சிந்த தைரியமில்லாத இந்தக் கோழைப் பிள்ளையையா பெற்று இத்தனை காலம் வளர்த்தேன்? தேசபக்தியைக் காட்டிலும் உயிரைப் பெரிதாகக் கருதும் அற்பனையா பெற்று வளர்த்தேன்? இப்போதே போர்க்களத்திலே சென்று பார்க்கிறேன். அங்கே இவன் தனது துணைவர்களெல்லாம் இறந்துவிழுந்திருப்பதைப் போல, தனது உயிரையும் பலியிட்டிருந்தாலாய்விட்டது. இல்லாவிடின் இந்த அதைரியங் கொண்ட பேடிக்குப் பால் கொடுத்த எனது மார்பினைத் திருகி எறிந்து விட்டு நான் போர்க்களத்திலே செத்துவிடுகிறேன்" என்ற நிச்சயத்துடன் அந்த வயது முதிர்ந்த அம்மை போர்க்களத்துக்குப் போனாள். அங்கே தனது வீர குமாரன் முன்னணியில் வெட்டுண்டு கிடப்பதைப் பார்த்துப் பிறகு அம்மகனது பெருமைகளை நினைந்து புலம்பியும் இவன் தாய்நாட்டின் பொருட்டாக உயிர் கொடுத்தமை பற்றி மனதாறியும், மீண்டனள்.

இந்தப் பெருமாட்டியின் பெயர் இப்போது தெரிய இடமில்லை. இவளைப் போன்ற தாய்மார்கள் பரத கண்டத்தில் இக்காலத்தில் அனேகர் பிறக்குமாறு ஈசன் அருள்புரிந்தாலல்லவோ நமது குறைகளுக்கெல்லாம் முடிவேற்படும்?

A Parallel

ஓர் ஒப்பு

மேலே கூறப்பட்ட தமிழ் மாதைப் பற்றிப் பேசுமிடத்து சென்ற ருஷிய ஜப்பானிய யுத்தத்தின் போது நிகழ்ந்த ஓர் செய்தி ஞாபகத்துக்கு வருகின்றது. ஓர் ஜப்பானிய தாய் தனது பல குமாரர்களைப் போர்க்களத்திலே இறக்கக் கொடுத்துவிட்டுப் பிறகு ஒருநாள் அழுதுகொண்டிருந்தாள். அவளிடம் ஒருவர் சென்று "அம்மா ஏன் அழுகின்றீர்? உமது பிள்ளைகள் மஹா கீர்த்திகரமான மரணத்தை யல்லவோ அடைந்திருக்கிறார்கள்?" என்று ஆறுதல் கூறினார். அதற்கு அத் தாய் "ஐயா, நான் இறந்துபோன மகனின் பொருட்டாக அழவில்லையே எனது தாய்நாட்டிற்கு கீர்த்தி வரும் பொருட்டாக பலியிடுவதற்கு இன்னும் பிள்ளைகளில்லாமல் போய்விட்டதென்று வருத்தமடைகிறேன்" என மறுமொழி தந்தனளாம்.

~~

• இந்தியா, 8.9.1906, ப. 6.

4

The Madras Presidency College Tamil Sangam

சென்னை பிரஸிடென்ஸி காலேஜ் தமிழ்ச் சங்கம்

சென்னை பிரஸிடென்ஸி காலேஜ் தமிழ்ச் சங்கத்தாரின் வருடாந்த உற்சவம் சென்ற சனிக்கிழமையன்று வெகு வைபவமாக நடந்தேறிற்று. தக்க வித்வான்களும், பெரிய பிரபுக்களும் வந்திருந்தார்கள். சபைத் தலைவராக ஸ்ரீ பாண்டித்துரைத் தேவர் வீற்றிருந்தார். அரிய உபந்நியாசங்கள் நடந்தன. பிரஸிடென்ஸி காலேஜ் மாணாக்கர்கள் மிகவும் அன்புடனே தமிழ்ப் பயிரை வளர்த்து வருதல் பற்றி மிகுந்த மகிழ்ச்சி யடைகின்றோம். தற்காலத்திலே தமிழரசராக விளங்கும் பிரம்மஸ்ரீ சாமிநாதய்யரவர்களுடன் எப்போதும் பழகுகின்ற இம்மாணாக்கர்கள் அய்யரவர்களுடைய விடாமுயற்சி, தாய்மொழி யிடத்தன்பு என்ற சற்குணங்களையும் பயின்று கொள்ள வேண்டுமென்று விரும்புகிறோம்.

'வந்தனம்' என்னும் சொல்

மேற்படி சபையிலே பாண்டித்துரைத் தேவர் அவர்களும் பிறரும் யாரைப் பற்றியேனும் அனுகூலமாகப் பேச வேண்டிய இடத்தில் "இன்னாருக்கு நன்றி யறிவிக்கிறேன்" என்று சொல்வதற்குப் பதிலாக "இன்னாருக்கு வந்தன மளிக்கிறேன்" என்று அடிக்கடி சொன்னார்கள். இந்த வழக்கம் சாதாரணமாக அனேகரிடம் இருந்த போதிலும், சில சமயங்களில் அது காதுக்கு வெகு விசாரமாகக் கேட்கிறது.

‘ஓர் உதாரணம்’

ஸ்ரீ. பாண்டித்துரைத் தேவர் சொன்னார்: “இந்த சபைக்கு வந்து நம்மிடம் ஆதரவு பாராட்டும் ஐரோப்பியர்களுக்கு நான் வந்தனம் செலுத்துகிறேன்” என்றார். மேலும், டாக்டர் போப் தமிழ் அகராதி யொன்று பிரசுரிக்கப் போவதில், அவருக்கு 30,000 ரூபா கொடுக்க முற்பட்டிருக்கின்ற கவர்ன்மெண்டார் தமிழ்ப் பாஷையிடம் காட்டும் கருணைக்காக ஷ கவர்ன்மெண்டாருக்கு “வந்தனம்” கூறினார். தமிழ்ப் பாஷையிலே டாக்டர் போப் மிகுந்த சிரத்தை யெடுத்துவரும் பொருட்டு அவருக்கு “வந்தனம்” செலுத்தினார்.

சாதாரணமாக ஒருவரது உபந்நியாசத்திலே பிழை சொல்ல வேண்டுமென்ற மூட எண்ணம் நமக்குக் கிடையாது. “வந்தனம்” என்ற பதம் மேலோர்களுக்கே உபயோகிக்கத் தக்கதாகையாலும் அதை “நன்றி” என்னும் பொருளிலே உபயோகிப்பது சில சமயங்களில் அசம்பாவிதமாக முடிகின்றதாகையாலும் தேவரவர்கள் போன்ற பண்டிதர்கள் மேற்படி சொல்லை உபயோகிக்கும் அப்பியாசத்திலிருந்து நீங்கிக் கொள்ள வேண்டுமென்பதே நமது நோக்கம்.

உண்மை கூறப் புகுவோமானால் சொல்லால் மட்டுமேயன்றி, செய்கையாலுங் கூட அன்றைய தினம் “ஐரோப்பிய பூஜை” வெகு ஜாஸ்தியாக நடந்தேறிற்று. இதைப் பற்றி அதிகமாக எழுத விரும்புகின்றோமில்லை. நமது மதிப்புக்கும், சன்மானத்திற்குமுரிய பெரியோர்கள் அன்னிய தேசத்தார் முன்பு சமான ஜீவன்களைப் போல நடந்து கொள்ளாமல், நவாப்பைக் கண்ட சேவகர்கள் போல நடந்து கொள்வது, நமது மனதைப் புண்படுத்துகிறது. ஆனால், இதைச் சொல்லப் போகுமிடத்து அவர்கள் மனது புண்படும். ஆதலால், இத்துடன் நிறுத்துகின்றோம்.

~~

• இந்தியா, 20.10.1906, ப. 1.

5

Dr. Pope and the Madras Government

சென்னை கவர்ன்மெண்டாரும் டாக்டர் போப்பும்

டாக்டர் போப் இப்போது இங்கிலந்திலிருக்கிறார். இவர் தமிழ் மொழியிலே தக்க பயிற்சியுள்ளவரென்பதும், திருவாசகம், திருக்குறள் முதலிய நூல்களுக்கு இங்கிலீஷ் மொழிபெயர்ப்பெழுதியிருக்கிறாரென்பதும் எல்லோரு மறிவார்கள். இவர் தமிழகராதி யொன்று தொகுக்கப் போவதாகவும், அதன் பொருட்டு வருஷ மொன்றுக்கு 6,000–ரூபாய் வீதம் 5–வருஷங்களில் 30,000–ரூபாய் அவருக்கு உதவி செய்ய வேண்டுமென்று சென்னை கவர்ன்மெண்டார் நிச்சயித்திருப்பதாகவும் அறிவிக்கப்படுகிறது.

டாக்டர் போப் நல்ல தமிழ் வித்வானென்பதை ஒப்புக் கொள்ளுகிறோம். ஆனால், தமிழகராதி தொகுக்கும் விஷயத்தில் அவர் தமிழர்களைப் போல அத்தனை சிறந்த அதிகாரியாக மாட்டார். மேலும், இந்தியாவிலிருந்தாரென்ற போதிலும் நம்மவர்களின் உதவியைக் கொண்டு அவர் ஏதேனும் செய்யலாம். இங்கிலாந்திலே அவருக்கு போதுமானபடி உதவிகளும், சவுகரியங்களும் கிடைக்கமாட்டா. இதுவரையிருக்கும் அகராதிகளை வைத்துக் கொண்டு அதைச் சிறிது புதுமைப்படுத்தி அச்சிட்டுத் தரத்தான் அவரால் முடியும்.

மகாமஹோபாத்தியாயர் சாமிநாதய்யர் போன்ற வித்வான்கள் புதிதாகத் தமிழ் அகராதி தொகுக்க

ஆரம்பிப்பார்களாயின், அது எத்தனையோ சிறப்பா யிருக்கும். ஆனால் அதற்கு கவர்ன்மெண்டார் இத்தனை ஆத்திரத்துடன் உதவிக்கு வந்திருக்க மாட்டார்கள். பழங்காலத்து நூல் பிரசுரிக்கும் விஷயத்திலே சாமிநாதய்யர் அவர்கள் பட்டிருக்கும் சிரமத்திலே எட்டிலொரு பங்கு போப் பாதிரியார் பட்டிருப்பாரானால், இதற்கு முன் கவர்ன்மெண்டார் அவரைக் குபேரனாக்கி யிருப்பார்களல்லவா?

ஆனால் வெள்ளை நிறங் கொண்ட தேவியின் அனுக்கிரகம் சாமிநாதய்யரவர்களிடம் பரிபூர்ணமாக இருந்த போதிலும் வெள்ளை நிறங் கொண்ட தேவர் (ஐரோப்பியர்) களின் கிருபை போப் பாதிரியாரிடம் நிரம்ப இருக்கின்றது.

~~

---

* *இந்தியா*, 20.10.1906, பக். 1, 4.

6

‘கன்னி’த் தமிழ்

தமிழ்ப் பாஷை இறந்து போய்விடுமென்றும், நமது நாட்டில் எல்லா பாஷைகளுக்குமே பிரதியாக இங்கிலீஷ் பாஷை ஏற்படுமென்றும் நம்பிய மூடர்கள் சுமார் 10 வருஷங்களின் முன்பு நமது ஜனங்களிலே பலர் இருந்தார்கள். இப்போதுங்கூட அந் நம்பிக்கையுடையவர் ஆங்கிலேயர்களிலே அனேகர் இருக்கிறார்கள்.இந்தியாவிலுள்ள பாஷைகளெல்லாம் மடிந்துபோய், அவற்றினிடத்திலே இங்கிலீஷ் நிலவி வருமென்பது இவர்களுடைய எண்ணம். இஃதிவ்வாறிருப்ப, மகா வித்துவான் ஸ்ரீ உ.வே. சாமிநாதய்யர் அவர்கள் சில தினங்களின் முன்பு இவ்விஷயத்தைப் பற்றிப் பேசியபோது பின்வருமாறு கூறியிருக்கிறார்:

“அன்னியர்களைக் குறைகூறிப் பயனில்லை. தமிழ்ப் பாஷையின் செல்வங்களை யெல்லாம் தக்கவாறு பயன்படுத்திக் கொள்ளாத குற்றம் நம்மவர்களையே சார்ந்ததாகும். எவ்வாறாயினும் நமது தாய்மொழி ஸாமானியத்தில் இறந்துவிடக் கூடியதன்று. பெரியோர்கள் இதனைக் “கன்னி”த் தமிழ் என்று பெயரிட் டழைத்திருக்கிறார்கள். இது எக்காலமும் வனப்பும் இளமையும் மாறாத கன்னிகையாகும். இதற்கு முதுமையே கிடையாது. மரணமுமில்லை” என்றார்.

கன்னித் தமிழ் மொழியை முற்காலத்தில் ஆதரித்து வளர்த்தவர்களின் பெருமையைப் பற்றி ஸ்ரீ சாமிநாதய்யர் பல அரிய விஷயங்கள் பேசினார். ஆசான், சீடன் என்போர் பண்டைக்

காலத்தில் எங்ஙனம் ஒழுகி வந்தா ரென்பதை இனிது விளக்கினர். இறுதியில், திருவாரூரைப் பற்றித் தமிழ் நூற்களிலே தாம் செய்த ஆராய்ச்சியினின்றும் விளங்கிய பெருமைகளை வகுத்துக் கூறினார். தமிழ் வளர்ப்பதன் பொருட்டு, முற்காலத்தில் இடத்துக்கிடம் "திருக்கூட்டங்கள்" அமைக்கப்பட்டிருந்தன. அவற்றுள்ளே, புகழ்மிஞ்சிய திருக்கூட்டமொன்று திருவாரூரிலே யிருந்தது. இலக்கண விளக்க நூலாசிரியராகிய ஸ்ரீ வயித்தியநாத தேசிகர் இத்திருவாரூர்க் கூட்டத்திலே ஓர் அவயவியாக விளங்கினர்.

பசுங் கன்றைக் கொன்றதின் பொருட்டுத் தன் சொந்த மகனை உருளையின் கீழே போட்டு மேலே தேரோட்டிய மனுநீதி கண்ட சோழன் முதலிய மேலோர் திருவாரூரிலே வாசம் புரிந்தவர்கள் என்பதைத் தற்கால அதிகாரிகளின் நீதியைக் கண்டு மகிழ்ந்திருக்கும் அவ்வூரினருக்கு ஸ்ரீ. அய்யரவர்கள் நினைப்பூட்டினர். பின்னர், அவ்வூர்ச் சிறப்புகளை புராணக் கதைகளினின்றும் பல திருஷ்டாந்தங்கள் கூறித் தெளிவாக்கி, அவ்வூரார் தமது பண்டை மாண்புக்குத் தக்கவாறு வாழ்வதற்கு முயற்சிகள் செய்ய வேண்டுமென்பதை வற்புறுத்தினர். இவ் வுபதேசத்தைத் திருவாரூர்ப் பிறந்தார்கள் மட்டுமேயன்றித் தமிழ் நாட்டிலுள்ள எல்லா மக்களும் மனத்தே கொண்டு நலமுறுவாராக!

~~

- இந்தியா, 07.11.1908, ப. 3.

7

Vernacular Literature

The most sorrowful symptom of that horrible malady *viz.* national self–contempt is the disregard shown to the nation's own languages and literature by the upper and middle classes of intellectual life. The traitor that is ashamed of his own nationality betrays that fact in the most mournful fashion, by his being ashamed of his mother tongue. Those of us in the present generation who are, thanks to providential grace, beginning to take real and genuine pride in our nation and its part should therefore make it a point to acquaint themselves as far as possible with the spirit and genius of their own inherited language and culture and put forth, wherever and in whatever manner they can, their best efforts for the revival, improvement, purification and cultivation of the mother-literature. In this matter the activities of our Bengali compatriots deserve much praise and commendation. The Hindustanis and the Mahrattas also are far from being indifferent to the development of the *Swabhashas*. The intellectuals and the litterateurs of the Andhra, led by the venerable Viresalingam are striving ahead, too. We are not in a position to gauge the activities of the Canarese and some other important sections of the Indian Community in this respect.

* * *

The Tamil people are, however, in a very backward condition, and their so-called intellectual leaders seem to think that they can develop the sentiment of national unity through the agency of the English Language. Probably, they do not pause to think about the percentage of English - knowing men and women among the Tamil population. They seem to imagine that by the permeation of an undigested foreign culture through the means of a foreign language is sufficient for the realisation of national possibilities. About 20 centuries Tamilian literature and thought were so highly developed as to contest the palm of excellence with the Sanskritists or any other people in the world. A poet like Kamban and a teacher of humanity like Valluvar have found in the Tamil Language an efficient vehicle of their thoughts, dreams and heartthrobbings, but today, we have many a semi-educated young man in the Tamil country who thinks that it is a hopeless task to try to cultivate his mother tongue and would fain see Tamil altogether disappear from the land, English, French, German or Russian substituting its place. Simpletons there are or at any rate some years ago there were who believe that English is destined to become the common tongue of the population that is now speaking Tamil, and that the language of Kamban is by the very laws of nature, bound to die away in what they call the struggle for existence.

Some of the more daring - spirited prophets tell us, or were telling us, that the future language of all India will be English! A fitting supplement to that noble political creed that India shall, to the end of time, remain a dependency of some one of the Western powers.

Our educated countrymen should lay to heart the historical fact that there cannot be any national advancement without the advancement of the national literature and culture and take prompt measures to speedily bring about a Literary Revival. The Madura Tamil Sangam is a right move in the matter. But even that is not doing all that it can, for want of adequate support and patronage from the public which is culpably indifferent to this great enterprise.

It gives us immeasurable relief, however, to see one solitary warrior, standing dauntlessly in the field and fighting the battle of his forefathers with a unique zeal and courage, and winning on his venerable head the grateful blessings of the Mother. Such a warrior is Sriman Swaminatha Iyer of the Madras Presidency College. May many others throng round his banner, ever increasing in number, ever growing in devotion, lest this great and vital portion of the National Dharma remain unfulfilled!

- *Bala Bharata,* January 1908, pp. 61-62.

8

உ.வே.சா. பதிப்புகள்: சுதேசமித்திரன் மதிப்புரை

[(1) 'பதிற்றுப்பத்து,' (2) 'ஐங்குறுநூறு' மஹோமஹோபாத்யாய பிரும்மஸ்ரீ சாமிநாதய்யர் அவர்கள் பதிப்பு.]

உத்தம தான புரம் மஹாமஹோபாத்ய ஸ்ரீமான் வே. சாமிநாதையர் தமிழ் பாஷைக்கு நவீன உலகத்தில் மதிப்புத்தேடிக் கொடுத்தவர்களிலே முக்ய புருஷர். இவர் இவ் வருஷத்தில் இரண்டாம் பதிப் பிட்டு வெளிப்படுத்திய இரண்டு சிறந்த பண்டைத் தமிழ் நூல்கள் நமது பார்வைக்கு வந்திருக்கின்றன. இவற்றுள்;

(1) ஐங்குறுநூறு (விலை ரூபாய் 2.)

என்பது கடைச் சங்கப் புலவர்களால் செய்யப்பட்ட நூல்களாகிய எட்டுத்தொகையில் மூன்றாந் தொகை.

இந்தத் தொகுதியுள்ளே, கடவுள் வாழ்த்தியற்றி யவர் பாரதம் பாடிய பெருந்தேவனார். முதல் நூறாகிய மருதப் பாட்டுகள் பாடியவர் ஓரம்போகியார். இரண்டாம் நூறாகிய நெய்தற் பாட்டுக்கள் செய்தவர் அம்மூவனார். மூன்றாவது குறிஞ்சி நூறு கபிலரால் பாடப்பட்டன. நான்காவது பாலை நூறு பாடியவர் ஓதலாந்தையார். ஐந்தாவது முல்லை நூறு பேயனாரால் இயற்றப்பட்டன.

இத் தொகையைத் தொகுத்தவர் புலத்துறை முற்றிய கூடலூர் கிழார் என்ற மலை நாட்டுப் புலவர். தொகுப்பித்தவர் யானைக்கட் சேய் மாந்தரஞ் சேர லிரும்பொறை என்ற சேர குல ராஜன்.

இயற்கை யழகுகளை உள்ளபடி வர்ணிப்பதில் பண்டைக் காலத் தமிழ்ப் புலவருக்கிருந்த அபார சக்தியும், பண்டைத் தமிழ் நாட்டின் சரித்திரச் செய்திகள் பலவும், பண்டைக் காலத் தமிழ் நாகரிகத்தின் இயல்பும்–இந் நூலைப் படிப்பவர்களுக்கு நன்றாக விளங்கும்.

இனி, இப்புலவர்களின் தமிழ்ப் பாட்டு எந்த மாதிரியாக இருந்ததென்பதை ஆராயப் புகுந்து, ஒரு பானை சோற்றுக்கு ஒரு பருக்கை பதம் பார்த்தால் போதுமென்றபடி சில திருஷ்டாந்தங்கள் மாத்திரம் காட்டுவோம். மேற் கூறப்பட்ட ஐங்குறு நூற்றின்– (குறுகிய வடிவினவாகிய ஐந்து நூறு பாட்டுக்கள்) ஆசிரியர் ஐவரில் ஐந்தாம் நூறெழுதிய பேயனாரின் பாட்டொன்றை ஆரம்பத்தில் எடுத்துக்கொள்வோம்.

(ஐங்குறு நூறு; ஐந்தாவது முல்லை; அதில் ஐந்தாவது (45) பாசறைப் பத்து அதில் மூன்றாம் பாட்டு.)

நனிசேய்த் தென்னாது, நற்றேர் ஏறிச்சென்
றிலங்கும் நிலவின் இளம்பிறை போலக்,
காண்குவெம், தில்ல!அவள் கவின்பெறு சுடர்நுதல்
விண்ணுய ரரண்பல வெளவிய
மண்ணுறு முரசின் வேந்துதொழில் விடினே.

இந்த ஐந்து வரி ஒரு தனிப் பாட்டு. இங்ஙனம் சிறிய, குறுகிய அகவற் பாக்களாலே சமைக்கப்பட்டிருப்பது பற்றியே இந்நூலின் பெயரில் “குறு” என்ற அடைமொழி சேர்க்கப்பட்டிருக்கிறது. இனி, மேற்கண்ட பாட்டு ஒரு யுத்தவீரன் தன் அரசனது படையில் சேர்ந்து, அப் படை பிற நாடொன்றைக் கவர்ந்து, அங்கு போர்த்தொழில் நடத்திக் கொண்டு வருகையிலே, கார்காலம் வந்தவிடத்துப் பாசறைப் பட்டவனாய், அங்கு தன் காதலியை எண்ணி வருந்தியதாக அமைக்கப்பட்டது.

“பல ஆண்மக்களாலே விரும்பப்பட்டதும், விண்ணள வுயர்ந்த இசை யுடையதும் ஆகிய ஒளி பொருந்திய முரசினை யுடைய நமது மன்னன் இந்தப் போர்த் தொழிலைவிட்ட பின் அன்றோ, நாம் நமது காதலியிருக்குமிடம் மிகத் தொலையிலிருப்பதை யெண்ணாதபடி, அழகிய தேரில் ஏறி விரைந்து சென்று, இனிய நிலவு வீசும் பால சந்திரனைப் போன்ற அவளுடைய அழகிய, ஒளிதருகின்ற நெற்றியைப் பார்ப்போம்?” இனி, மிகவும் அற்புதமான தமிழில் பாடப்பட்டிருக்கும் முதலாவது மருத நூற்றிலுள்ள முதலதாகிய வேட்கைப் பத்தில் இரண்டு திருஷ்டாந்தங்க ளெடுத்துக் காட்டுவோம். இங்ஙனம் அப் பாட்டுக்களை யெடுத்துக்காட்டுமுன் மிக முக்யமான செய்தி

யொன்று சொல்ல விரும்புகிறேன். இந்நூலிலுள்ள, ஆசிரியர் பெயர் குறிப்பிடாத பழைய உரை யென்பது இந் நூலின் பாட்டுகளுக்கு முற்றிலும் சரியான உரை கூறவில்லை. சில இடங்களில் மாத்திரம் "கவிஹ்ருதயங்" காட்டும் சில விசேஷக் குறிப்புக்க ளிருக்கின்றன. மற்றப்படி அவ்வப் பாட்டின்கீழ் அதிற்குறிப்பிட்ட துறைகளின் விளக்க மிருக்கிறதேயன்றி, வேறொன்றுமேயில்லை. சங்கத் தமிழ் பலவித இனிமைகளும் சிறப்புக்களு முடையதாய் மிகத் தெளிந்த நடையிலிருப்பது எல்லார்க்குந் தெரிந்த விஷயமே யெனினும் அந்த நடை, அதில் விசேஷப் பயிற்சி யில்லாத தமிழ் மக்கள் பிற்காலத்துத் தமிழ்க் காவியங்களில் நல்ல பயிற்சியுடையோரெனினும், இவர்களுக்குச் சிறிதேனும் விளங்காமல் பெரும்பாலும் அன்ய பாஷைபோல் தோன்றக்கூடும். ஆதலால், மற்றொரு பதிப்பில், ஸாதாரணத் தற்காலத் தமிழ் மாணாக்கருக்கு விளங்கும் வண்ணமாக ஒருரை சேர்த்து வெளியிட ஏற்பாடு செய்தால், இந்நூல் பொது ஜனங்களுக்கும் பயன்படும். அதனால் தற்காலத் தமிழ் பாஷைக்கும் ஜனங்களின் அறிவுக்கும், புதிய விசால மேற்படுவதுடன் பிரசுரிப்போருக்கு ஏராளமான பொருள் லாபமுங் கிடைக்கும். இங்ஙனம் தெரிவிப்பது இந்த ஒரு நூலைக் குறித்துமட்டு மன்று. பொதுப்படையாகச் சங்கத்து நூல்கள் எவற்றையுமே அச்சிடுவோர் இயன்றவரை, அவற்றுக்குத் தற்கால நடையில், தற்காலத்தார்க்குப் பொருள் விளங்கும்படியான உரையெழுதிவிடுதல் தமிழ் பாஷையின் அனுகூலங்களைக் கவனிக்குமிடத்தே, அவசியமாவது மட்டுமன்றி, அச்சிடுவோர்க்கு நல்ல லாபம் விளைவிக்கு மென்பதையும் வற்புறுத்திச் சொல்லுகிறோம். இது நிற்க.

ஐங்குறுநூற்றுப் பாட்டுக்களின் கீழே காணப்படும் துறை விளக்கங்கள் – மற்றும் இதுபோன்ற நூல்களில் பிற்காலத்தாரால் செருகப்பட்ட துறை விளக்கங்களைப் போலவே – சில இடங்களில் தவறாகவும், ப்ரத்யக்ஷமாகவே கவியின் குறிப்புக்கு மாறுபட்டன வாகவும் இருக்கின்றன. திருஷ்டாந்தமாக, இந்நூலின் ஆரம்பப் பகுதி, அதாவது முதலாவது மருதப் பகுதியில் முதற்[கணு]ள்ள வேட்கைப் பகுதியை எடுத்துக் கொள்வோம். இதிலுள்ள பத்துப் பாட்டுக்களும் ஒரு காதலியால் – (அதாவது தலைவியால்), தன் காதலனுக்குக் (தலைமகனுக்கு) கூறப்பட்டன வென்று ப்ரத்யக்ஷமாகத் தெரிகிறது. அப்படியிருக்கப் பழைய விளக்கத்தில் இப்பாட்டுக்கள் தோழியால் தலைமகனுக்குக் கூறப்பட்டனவாக வருந்திப் பொருள் கொள்ளப்பட்டிருக்கிறது. இனி இப்பத்தில் இரண்டு பாட்டுக்களை யெடுத்துக் காண்பிக்கிறேன். அவை யெத்தனை இனிமை யுடையன பாருங்கள்!

ஆதன், அவினி என்ற பெயர்கள் தனியாகவும் சேர்த்தும் வழங்கப் பெற்றதொரு சேர வேந்தனைக் குறித்து, அவன் போர் மீது சென்றிருந்த காலத்தில் அந் நாட்டினர் தெய்வங்களுக்கு வேள்வி செய்தனர். அவ்வேந்தன் மீது காதல் செலுத்திய பெண்ணொருத்தி அவ் வேள்விக் காலத்தில் தான் கேட்ட வரத்தினியல்பையும் தனது தாய் கேட்ட வரத்தினியல்பையும் பிரித்துக் காட்டுவதாக இப்பத்துப் பாட்டுக்களை ஓரம்போகியார் என்ற செந்தமிழ்ச் செல்வர் சமைத்திருக்கிறார். இவற்றுள் தாய் கேட்கும் வரத்தில் அந்த வேந்தனிடத்துத் தகுவதாகிய சிறந்த ராஜபக்தியும் மகள் கேட்கும் வரத்தில் காதல் வேட்கையும் மிக இனிமையாகத் தெரிவிக்கப்படுகின்றன.

(ஐங்குறு நூறு; மருதம்; முதலாவது
வேட்கைப் பத்து; 5-ஆம் பாட்டு.)

"வாழி ஆதன்! வாழி அவினி!
பசியில் லாகுக, பிணிசேண் நீங்குக!"
எனவேட் டோளே யாயே; யாமே
"முதலைப் போத்து முழுமீ னாருந்
தண்துறை யூரன் தேர்எம்
முன்கடை நிற்க" எனவேட் டோமே.

(இதன் பொருள் "ஆதன் வாழ்க; அவினி வாழ்க; (அவன் குடி படைகளுக்குள்ளே) பசித் துன்பம் நேரா தொழிக. நோய் தொலையிலே நீங்குக" என்று என் தாய் நோன்பிழைத்தாள். "முதலைக் கன்று பெரு மீனைத் தின்னும் ஆழ்ந்த, குளிர்ந்த நீர்த் துறைகளுடைய இந்நாட் டரசனது தேர் எங்கள் வீட்டு வாயிற் புறத்தே நிற்க வேண்டு"மென்று நான் தெய்வங்களைத் தொழுது கேட்டேன்.)

(அஃது அஃது அஃது 6-ஆம் பாட்டு)

"வாழி ஆதன்! வாழி அவினி!
வேந்து பகைதீர, யாண்டுபல நந்துக."
எனவேட் டோளே யாயே; யாமே
"மலர்ந்த பொய்கை முகைந்த தாமரைத்
தண்டுறை யூரன் வரைக!
எந்தையுங் கொடுக்க" எனவேட் டோமே.

(இதன் பொருள்: "ஆதன் வாழ்க; அவினி வாழ்க. இந்த வேந்தனுக்குப் பகைமையில்லா தொழிக. இவன் பல்லாண்டு தழைத்திடுக" என்று தாய் வரங்கேட்டாள். "ஒளி மலர்ந்த பொய்கைகளில் தாமரை முகைகள் திகழும் குளிர்ந்த நீர்த்துறைகளுடைய இந் நாட்டரசன் வந்து என்னை மணம்

புரியக் கேட்க வேண்டும். என் பிதா கொடுக்கவும் வேண்டும்" என்று தெய்வங்களிடம் நான் வரங் கேட்டேன்).

இது நிற்க. இனி நமது மஹா மஹோபாத்யாய அய்யரவர்களிடமிருந்து பெற்ற மற்றொரு புஸ்தகத்தை கவனிப்போம்.

(2) பதிற்றுப் பத்து. (மூலமும் பழைய உரையும் விலை ரூபா ...1-14-0) இதுவும் இரண்டாம் பதிப்பு. மேற் கூறிய எட்டுத்தொகையில் நான்காவது "புராதன இலக்கண இலக்கிய உரைகளில் மேற்கோளாக எடுத்துக் காட்டப் பெற்ற பெருமை வாய்ந்தது. முடியுடை வேந்தர்களாகிய சேரர் பதின்மர்கள் மீது சங்கப் புலவர் பதின்மர்கள் இயற்றியது. ஐந்திலக்கணங்களுள்ளே பொருளின் பகுதியாகிய புறத்திணைத் துறைகளுக்கு இலக்கியமாக அமைந்துள்ளது." தமிழ் நாட்டுப் பண்டை மன்னரின் போர்த் திறமைகளையும், கொடை முதலியனவற்றையும் வியந்து சங்கப் புலவர்கள் பாடிய அற்புத நூல். இதன் பழைய உரை ஐங்குறுநூறு போலின்றி விஸ்தாரமாக அமைந்திருக்கிறது. இந்நூல்கள் வேண்டுவோர் சென்னை, திருவெட்டீசுவரன் பேட்டை, தியாக ராஜ விலாசத்திலுள்ள ஸ்ரீமான் - மஹா மஹோபாத்யாய உ.வே. சாமிநாதய்யருக் கெழுதிப் பெற்றுக் கொள்ளலாம். ஒவ்வொரு தமிழ்ப் பள்ளிக் கூடத்துக்கும், தமிழ் நாட்டிலுள்ள மற்றைப் பள்ளிக் கூடங்களுக்கும், ஒவ்வொரு தமிழ் மாணாக்கருக்கும், புத்தக சாலைக்கும், இந் நூல்கள் இன்றியமையாதன ஆம்.

~~

• சுதேசமித்திரன், 9.12.1920, ப. 8.

பகுதி 2

உ.வே.சா. பார்வையில் பாரதி

1

காங்கிரஸ் மாளிகையில் கூட்டம்

சென்னை, டிச. 28

காங்கிரஸ் பொன்விழாக் கொண்டாட்டத்தை யொட்டி இன்று பிற்பகல் காங்கிரஸ் மாளிகையில் ஒரு தேக் கச்சேரி நடத்தப்பட்டது. அதற்குக் காங்கிரஸ்காரர்கள் தவிர மற்றக் கட்சியினரும் அழைக்கப்பட்டிருந்தனர்.

ஸ்ரீமான்கள் சேலம் ஸி. விஜயராகவாச்சாரியார், ஸி. ராஜகோபாலாச்சாரியார், மிஸ்டர் ஏ.எ. ஹேல்ஸ், ஸர்.எம். ராமச்சந்திரராவ், ஜனாப் ஜமால் மகம்மது சாஹிப், மேயர் ஜனாப் அப்துல் அமீத்கான், ஜனாப் யாகூப் ஹாஸன், டாக்டர் எஸ். முத்துலக்ஷ்மி ரெட்டி, ஸ்ரீமதி ருக்மணி லக்ஷ்மீபதி, ஸ்ரீமதி வை.மு. கோதைநாயகி அம்மாள், ஸ்ரீமான்கள் ஸி.ஆர். ஸ்ரீநிவாசன், வி. பாஷ்யமய்யங்கார், கே. பாஷ்யம், மகாமகோபாத்தியாய டாக்டர் வே. சுவாமிநாதய்யர், எஸ். ஸத்தியமூர்த்தி, எம். பக்தவத்ஸலம், எம். சுந்தரம் நாயுடு, கே. வெங்கடசாமி நாயுடு, கே. நாகேச்வரராவ் பந்துலு, புர்ரா ஸத்தியநாராயணா, வி. மாசிலாமணிப்பிள்ளை, கே. சந்தானம், பி.எம். பாலசுப்பிரமண்யம், கே. ஸ்ரீராமுலுநாயுடு, புஷ்பராஜ், ஜகன்னாததாஸ், டாக்டர் யூ. கிருஷ்ணராவ், ஜனாப் பி. தாவுத் ஷா, டாக்டர் நியமதுல்லா, எம். தாமோதரம் நாயுடு, ஜனாப் பஷீர் ஆமது முதலியவர்கள் உள்பட பலர் வந்திருந்தனர். முதலில் எல்லோருக்கும்

சிற்றுண்டி வழங்கப்பட்டது. ஸ்ரீமதி கோதைநாயகி அம்மாள் தேசீய கீதம் பாடினார்.

ஸ்ரீமான் எஸ். ஸத்தியமூர்த்தி

பிறகு பேசுகையில் காங்கிரஸ் தலைவர் பாபு ராஜேந்திரப் பிரஸாதின் யோசனைப்படி பல கட்சியினரு மடங்கிய இக்கூட்டம் கூட்டப்பட்டிருப்பதாயும், காங்கிரஸ்காரர்களும், காங்கிரஸில் இல்லாமல் ஆனால் அதனிடம் அனுதாபம் கொண்டிருப்பவர்களும் வந்திருப்பதாயும், காங்கிரஸ்காரர்கள் நல்ல கோஷ்டியையும், நல்ல ஆகாரத்தையும், நல்ல சங்கீதத்தையும், இவற்றை அனுபவிக்க அவகாசத்தையும் விரும்புவதாக இது காட்டுமென்றும், இந்தச் சிற்றுண்டிக் கூட்டத்திலிருந்து மற்ற வழிகளிலும் ஒற்றுமையும் ஒத்துழைப்பு மேற்படுமென்று நம்புவதாயும் கூறினார்.

ஸ்ரீமான் எம். பக்தவத்சலம்

பிறகு பேசுகையில் கூட்டத்திற்கு வந்த அனைவருக்கும் தமிழ் மாகாண காங்கிரஸ் கமிட்டி சார்பாக வந்தனமளிப்பதாயும், காங்கிரஸ் 50 வருஷ காலமாகத் தேசத் தொண்டு செய்து வந்திருப்பதாயும், முறையில் அபிப்பிராயப் பேதமிருந்தாலும், அதன் லட்சியத்தில் யாருக்கும் வேற்றுமை யிருக்காதென்றும், காங்கிரஷ் இயக்கத்தில் நேராக ஈடுபட முடியாதவர்களும், காங்கிரஸ்காரர்களுடன் கூடுமாறு இந்தக் கொண்டாட்டத்திற்கு ஏற்பாடு செய்யப்பட்டிருப்பதாயும் காங்கிரஸ் லக்ஷ்யத்தை நிறைவேற்றி வைப்பதிலும் இதே சகோதர பாவமிருக்கவேண்டுமெனப் பிரார்த்திப்பதாயும் கூறினார்.

ஸ்ரீமான் வி. மாசிலாமணிப் பிள்ளை

பிறகு பேசுகையில் காங்கிரஸிற்குள் நேராக வரமுடியாதவர்களும் அதன் லக்ஷியத்தில் அநுதாபம் கொள்ளாமலிருக்கமுடியாதென்றும் முதலில் 1891–ம் வருஷத்திய காங்கிரஸிற்குத் தாம் பிரதிநிதியாகச் சென்றதாயும் தமது குரு ராவ்பகதூர் பி. அனந்தாசார்லு அதில் தலைமை வகித்ததாயும் அதுமுதல் 1915–ல் தாம் உத்தியோக மேற்றவை ஒவ்வொரு காங்கிரஸிற்கும் சென்று வந்ததாயும் சென்னையில் கூடிய காங்கிரஸிற்கான ஏற்பாடுகளைச் செய்யத் தாமும் பொறுப்பாயிருந்ததாயும் காங்கிரஸின் நோக்கம் எல்லோருக்குமே பொதுவானதென்றும் எந்த இந்தியரும் காங்கிரஸின் 50 வருஷ சேவைக்குப் பெருமையடையாமலிருக்க முடியாதென்றும் தேசம் முழுதும் வகுப்பு ஜாதி வித்தியாசமின்றி ஒன்றுபட்டால்தான் தேசத்தின் ஆக்ஷியை நாமே வகிக்க முடியுமென்றும் கூறினார்.

ஸர் எம். ராமச்சந்திர ராவ்

பிறகு பேசுகையில் தாம் ஒரு பழய காங்கிரஸ்காரரென்றும் இப்போது காங்கிரஸிலில்லாதபோதிலும் அதன் லக்ஷியத்தில் அனுதாபம் கொண்டுள்ளவர்களை ஒன்றுகூட்டியிருப்பதற்குச் சந்தோஷப்படுவதாயும் இதிலிருந்து இந்தியா முழுவதிலும் மற்ற வழிகளிலும் ஒற்றுமை யேற்பட்டுப் பலனேற்படுமென்று நம்புவதாயும் இதன் பொறுப்பு காங்கிரஸைவிட்டுப் பிரிந்தவர்களைவிட இப்போது காங்கிரஸை நிர்வகிப்பவர்களிடமே அதிகமாக விருப்பதாயும், காங்கிரஸின் இப்போதைய திட்டத்தை யேற்காதவர்களையும் ஒன்று சேர்க்க முயற்சி செய்யப்படுமென்று நம்புவதாயும் கூறினார்.

மேயர் ஜனாப் அப்துல் ஹமீத் கான்

பிறகு பேசுகையில் காங்கிரஸின் தியாகங்களில் எல்லாரும் நேராகக் கலந்துகொள்ளுவது சாத்தியமில்லாதிருக்கலாமென்றும் ஆனால் அவர்கள் காங்கிரஸிடம் பூரண அனுதாபம் கொண்டு தங்களால் முடிந்தவரையில் அதன் ஆக்ஞையை நடத்திவைத்திருப்பதாயும் சுயேச்சைப் போராட்டத்தில் அவர்கள் வீரர்களாக வில்லாதபோதிலும் அவர்களுக்கு வேண்டிய பக்க பலத்தை யளித்துவந்திருப்பதாயும் பழய தலைமுறை காங்கிரஸ் தலைவர்களிடமிருந்தே நாம் தைரியத்தையும் தேசபக்தியையும் பெற்றிருப்பதாயும் ஸ்ரீமான் ஸி. விஜயராகவாச்சாரியாரை இம்மாகாணத்தில் தேசீய இயக்கத்தின் பிதாவென்று கூறலாமென்றும் தாம் ஒரு காங்கிரஸ்காரரே என்றும் தாம் தியாகம் செய்யமுடியாத போதிலும் செய்தவர்களிடம் மிகுந்த மதிப்பு வைத்திருப்பதாயும் ஒவ்வொருவரும் தேசத்திற்குத் தம்மாலானதைச் செய்யவேண்டுமென்றும் மகாத்மா காந்தி காங்கிரஸில் ஆதிக்கம் பெற்றது முதல் அது உலகமுழுவதிலும் மதிப்புப் பெற்றிருப்பதாயும் அது தேசத்திற்கு நீடித்துச் சேவைசெய்து வரவேண்டுமென்று பிரார்த்திப்பதாயும் கூறினார்.

டாக்டர் எஸ். முத்துலக்ஷிமி ரெட்டி

பிறகு பேசுகையில் இது ஒரு புனிதமான தினமென்றும் ஸ்ரீமான்கள் விஜயராகவாச்சாரியார், ராஜகோபாலாச்சாரியார் முதலியவர்கள் மற்றவர்களுக்கு உதாரண புருஷர்களாக விருப்பதாயும் தாம் காங்கிரஸிலில்லாத போதிலும் அதன் லக்ஷியத்தில் பூரண அனுதாபம்கொண்டிருப்பதாயும் தேச விடுதலையே அதன் லக்ஷியமாயிருப்பதால் எல்லோரும் அதை யாதரிக்க வேண்டுமென்றும் ஆசாரச் சீர்திருத்தத்திற்கு

ராஜீய அதிகாரம் அவசியமாயிருப்பதாயும் ராஜிய வழியில் மாத்திரமன்றிச் சமூகவழியிலும் சுயேச்சைபெற விரும்புவதாயும் அதனால்தான் உலகச் சிரேஷ்டரான மகாத்மாகாந்தி இப்போது கிராமக் கைத்தொழில் அபிவிர்த்தி சங்கத்தை ஏற்படுத்தி வேலை செய்துவருவதாயும் கூறினார்.

திவான்பகதூர் வி. பாஷ்யம் ஐயங்கார்

பிறகு பேசியதாவது: நான் காங்கிரசில் சேர்ந்தவனல்ல. நான் தாழ்ந்த வகுப்பினரை முன்னேற்றும் வேலையில் சம்பந்தப்பட்டிருக்கிறேன். இவ்வேலையில் காங்கிரஸே முதன்மையாகச் சிரத்தை கொண்டு பாடுபட்டு வந்திருக்கிறது. ஆகவே காங்கிரஸ்பொன்விழாக்கொண்டாட்ட சமயத்தில் தாழ்ந்த மக்கள் சார்பாக அதற்கு நான் வந்தனமளிக்கிறேன். காங்கிரஸின் லக்ஷியத்தைப் பற்றித் தேசத்தில் இருவித அபிப்பிராயமிருக்க முடியாது. மற்ற தேசத்தினரைப் போல் நாமும் சுதந்தரத்துடனிருக்க வேண்டும். ஆகவே மற்றவர்களும் காங்கிரஸில் வந்துசேர ஏற்பாடு செய்தால் இந்தக் கொண்டாட்டத்திற்கு இன்னும் அதிகச் சிறப்பேற்படும்.

ஸ்ரீமான் கே. ஸ்ரீராமுலு நாயுடு

பிறகு பேசுகையில் கார்ப்பொரேஷன் செய்த தீர்மானத்தை கவர்ன்மெண்டார் நிராகரித்து கடைசி சமயத்தில் உத்தரவு பிறப்பித்திருப்பதாயும் அடுத்த தேர்தலில் எல்லா ஸ்தானங்களையும் காங்கிரஸ் கைப்பற்றவேண்டுமென்றும் கூறினார்.

ஜனாப் யாகூப் ஹாசன்

பிறகு பேசுகையில் 1914-ல் தம்மை ஸ்ரீமான் ஜி.ஏ. நடேசன் காங்கிரஸில் சேருமாறு கேட்டதற்குத் தமது வகுப்பினர் அனைவரையும் அதில் சேர்க்க முடியும்போது தாம் அவர்களுடன் வருவதாகத் தெரிவித்ததாயும் பிறகு முஸ்லிம் லீகும் காங்கிரஸும் சேர்ந்து சுய ஆட்சி திட்டத்தைத் தயாரித்ததாயும் வகுப்பு ஒற்றுமை அவசியமென்றும் 1920 வருஷத்தை விட அது இப்போது அதிகமாயில்லாததற்கு வருந்துவதாயும் 1928-ம் வருஷத்தில் கல்கத்தாவில் கூடிய ஸர்வ கட்சி மகாநாடு மிகுந்த பிரதிநிதித்துவம் வாய்ந்ததாக விருந்ததாயும் இந்தப் பொன் விழா எந்த வெற்றிக் கொண்டாட்டமும் அல்லவென்றும் சென்ற 50 வருஷ அனுபவத்தில் ஏற்பட்ட படிப்பினையைக் கொண்டு இனி சரியான வழியில் நடந்தால் வெற்றி சுலபமாக ஏற்படுமென்றும் கூறினார்.

ஸ்ரீமான் ஸி. ராஜகோபாலாச்சாரியார்

பிறகு பேசியதாவது: காங்கிரஸில் நேராக வேலைசெய்துவராத பலரும் இன்று வந்து கலந்து கொண்டதற்கும் பேசியதற்கும் வந்தனமளிக்கிறேன். காங்கிரஸ் கூட்டத்தில் வந்து பேசவே பலர் பயப்படுகிறார்கள். இதர சகோதரர்கள் இப்போது விருந்துக்குப்பின் பேசியதைப் பின்னர் மறந்துவிடக்கூடும். ஆகவே அவர்களுடைய ஆதரவும் அனுதாபமும் நிச்சயமாக இருந்துவருமாறு பிறகு பார்த்துக்கொள்ள வேண்டும். எல்லாருடைய நோக்கமும் ஒன்றே. ஆகவே திரும்பவும் ஒன்று சேர எல்லோரும் விரும்புகிறார்கள். ஸ்ரீமான் டி. ஆர். வெங்கடராம சாஸ்திரியார் மிதவாத மகாநாட்டில் இன்று தலைமை வகித்துப் பேசுகையில் காங்கிரஸ் பொன்விழாக் கொண்டாட்டத்தைப் பற்றிப் பேசியிருக்கிறார். நமக்குள் பல கட்சிகள் இருக்கலாம். ஆனால் ஸர்க்காரோடு போராடுவதில் எல்லோரும் ஒன்று சேர்ந்து கொள்ள வேண்டும். காங்கிரஸ் விதிகளை மாற்றினால் எல்லோரும் வந்துசேருகிறோமென்று கூறுவது சாத்தியமானதல்ல. இஷ்டமுள்ளவர்கள் காங்கிரஸில் சேர்ந்து வேலை செய்ய அனுமதித்து மிதவாத மகாநாடு தீர்மானம் செய்யட்டும். அவர்கள் இங்கு வந்துசேரட்டும். மிதவாத மகாநாடு ஏற்பட்டு 17 வருஷமாகிறது. காங்கிரஸ் 50-வது வருஷ பூர்த்தியடைந்திருக்கிறது. ஆகவே அவர்கள் காங்கிரஸை மதித்து நடக்க வேண்டும். கிழவர்களும் வாலிபர்களும் எல்லாவற்றிலுமிருக்கிறார்கள். காங்கிரஸ் இன்னும் வெகுகாலம் இப்படியே வேலை செய்து வரவேண்டுமென்று பலர்கூறியது சரியல்ல. சீக்கிரத்தில் காங்கிரஸே கவர்ன்மெண்டாக மாறிவிட வேண்டும். ஒற்றுமையாக வேலை செய்ய வகைசெய்ய வேண்டும்.

ஜனாப் ஜமால் மகமது சாஹிப்

பிறகு பேசுகையில் காங்கிரஸ் தேசீய ஸ்தாபனமென்பதில் சந்தேகமில்லை யென்றும் தேசத்திற்கு அதனால் மிகுந்த நன்மை யேற்பட்டிருப்பதாயும் ஜனாப் யாகூப் ஹாஸன் கூறியது போல் வகுப்பு ஒற்றுமை அவசியமென்றும் சென்னையில் இந்தப் பிரச்னை தோன்றாவிடினும் வட இந்தியாவில் முக்கியமாயிருப்பதாயும் ஒற்றுமையிருந்தால் நாம் முன்னரே ஸ்வராஜ்யம் பெற்றிருக்க முடியுமென்றும் காங்கிரஸ் மகாசபை தேசத்திற்குச் சாதித்திருப்பதை எவரும் மறுக்க முடியாதென்றும் கூறினார். இதோடு கூட்டம் முடிந்தது.

பாரதி உருவப்படத் திறப்பு

பிறகு ஸ்ரீமான் எஸ். ஸத்தியமூர்த்தி, தமிழ்நாட்டில் தேச பக்தியும் பாஷை பக்தியுமேற்படுமாறு செய்த கவி

சுப்பிரமணிய பாரதியின் படத்தை ஸ்ரீமான் கே. பாஷ்யம் காங்கிரஸ் கமிட்டிக்களித்திருப்பதாயும் அது இன்று திறந்து வைக்கப்படுமென்றும் அறிவித்தார்.

ஸ்ரீமான் கே. பாஷ்யம்

பேசியதாவது: நமது தமிழ்நாட்டு கவிச் சக்கரவர்த்தியான பாரதியாரின் உருவப்படத்தைக் காங்கிரஸிற்கு அளிக்க அனுமதித்ததற்கு தமிழ்நாடு காங்கிரஸ் கமிட்டிக்கு வந்தன மளிக்கிறேன். ஸ்ரீமான் ஸி. ராஜகோபாலாச்சாரியார் முதலில் இணங்காதபோதிலும் முடிவாக அதைத் திறந்துவைக்கச் சம்மதித்ததற்கு அவருக்கு வந்தனமளிக்கிறேன். மகாமகோபாத்யாய டாக்டர் சுவாமினாதய்யர் இதில் கலந்து கொள்ளச் சம்மதித்ததற்கு அவருக்கும் வந்தனமளிக்கிறேன். தேச பக்தியே தெரியாத காலத்தில் பாரதியார்தான் தமது பாட்டுகளால் நமக்கு ஸ்வராஜ்ய அவாவை உண்டு பண்ணினார். அவருடைய படத்தை இந்தப் பொன்விழா சமயத்தில் திறந்துவைப்பது மிகவும் அவசியமாகும். காங்கிரஸ் இயக்கத்தில் ஈடுபட்டவர்களுக்கு ஊக்கத்தையும் உற்சாகத்தையும் ஊட்டவல்லது பாரதியாரின் கீதங்களாகும். தேசீயக் கீதங்கள் மாத்திரமன்றி அவர் வேறு பல விஷயங்களைப் பற்றியும் கீதங்கள் செய்திருக்கிறார். அவருடைய தேசீய கீதங்கள் மாத்திரமே எல்லாருக்கும் தெரிந்திருக்கின்றன. மற்றவற்றையும் படிக்குமாறு எல்லாரையும் கேட்டுக்கொள்ளுகிறேன். அவருடைய பாட்டுகள் தமிழில் மாத்திரமிருப்பதால் வேறிடங்களில் அவரைப் பற்றித் தெரியவில்லை. அவருடைய கீதங்களை இதர பாஷைகளிலும் பிராபல்யப்படுத்த காங்கிரஸ் கமிட்டி ஏற்பாடு செய்யுமாறு கேட்டுக்கொள்ளுகிறேன். அவர் பல வசன நூல்களையும் எழுதியிருக்கிறார். அவரது சரியான போட்டோ அகப்படவில்லை. ஸ்ரீமான் ஸாமி என்ற காங்கிரஸ் தொண்டர் இப்படத்தை எழுதினார். இதைத் திறந்துவைக்குமாறு ஸ்ரீமான் ஸி. ராஜகோபாலாச்சாரியாரைக் கேட்டுக்கொள்ளுகிறேன்.

ஸ்ரீமான் ஸி. ராஜகோபாலாச்சாரியார்

பாரதியின் உருவப்படத்தைத் திறந்துவைத்துப் பேசியதாவது: இந்த இரண்டு தினங்களில் பலருக்கும் பலவித கௌரவம் அளிக்கப்படுகிறது. அவற்றுள் இன்று எனக்கு அளிக்கப்பட்ட கௌரவமே முதன்மையானதென்று கருதுகிறேன். பாரதியாரின் சிறப்பைப் பற்றி நான் தமிழ்நாட்டில் ஒன்றும் சொல்ல வேண்டிய அவசியமில்லை. அவர் பாடும்போது குதித்துக்கொண்டே பாடுவார். அவர் முகத்தில் தேஜஸ் ஜொலிக்கும். நமது சுயேச்சை இயக்கத்திற்கு அவர்தான் விதை போட்டதாகக் கூறினார்கள்.

அது உண்மை. 1907ல் சூரத்து காங்கிரஸில் பாரதியார் ஜி.ஏ. நடேசனுடன் நெருங்கிய நண்பராக ஒரு பக்கத்தில் தனியாக உட்கார்ந்து பேசிக்கொண்டிருந்தார். இதிலிருந்து கவிதைக்கும் மனோபாவத்திற்கும் முரண்பாடு இல்லையென்று விளங்கும். பாரதியார் தமது முதலாவது புஸ்தகத்தை மிதவாதத் தலைவர் ஸ்ரீமான் வி. கிருஷ்ணஸாமி ஐயருடைய பண உதவியால் வெளியிட்டார். அவருடைய வீட்டிலிருந்துகொண்டே பல காட்சிகளையும் எழுதினார். சுதந்திரதாகத்தையும் ஆவேசத்தையும் உண்டுபண்ணி எழுதிய முதலாவது கவி பாரதியாரே. சுதேச பக்திசாஸ்திரத்தை அவர் உண்டுபண்ணியதாகக் கூற வேண்டும். மராத்தி, வங்கம் முதலிய பாஷைகளில் பல கவிகள் இருந்து பாராட்டப்பட்ட போதிலும் பாரதியைப்போல் அவ்வளவு நன்றாக எவரும் எழுதவில்லை. நமது தேசத்திலேயே பாரதியின் தேசிய கீதங்கள்தான் முதல்தரமானவை என்பதை எல்லோரும் ஒப்புக்கொள்ளுமாறு செய்யவேண்டும். அதற்குக் கொஞ்சகாலம் பிடிக்கும். "ஆதிசிவன்" என்ற பாட்டை பாரதியார் எனக்காகவே என்னுடைய வேண்டுகோளின்பேரில் எழுதினார். எனக்கு அவரிடம் நெருங்கிய பழக்கமுண்டு. பாரதியாரின் பாட்டுகளை எல்லோரும் படித்து அறிந்து பாடுவதன்மூலம் ஆதரவு அளிக்க வேண்டும். மகாத்மா காந்தி நமக்கு ஆயுதம் கொடுத்திருக்கிறார். பாரதியார்தான் ஆதாரம் கொடுத்திருக்கிறார்.

டாக்டர் சுவாமினாதய்யர்

பிறகு பேசியதாவது: சிறந்த கவிச் சிரேஷ்டரான சுப்பிரமண்ய பாரதியாரின் உருவப்படத் திறப்பு விழாவில் கலந்துகொள்ளுமாறு என்னைக் கேட்டுக்கொண்டதற்குச் சந்தோஷத்துடன் வந்தனமளிக்கிறேன். ஐம்பது என்பதை அல்லது அன்பது என்றும் சொல்லலாம். அதாவது எல்லாருடைய அன்பையும் காட்டும் சமயமாகும். ஒவ்வொரு மனிதரும் விருத்தியடைவதற்கு அவர்கள் பிறந்த தேசம், குலம், நண்பர்கள், கூடவிருந்த ஜனங்கள் முதலியவர்கள் உதவியாவார்கள். அவர் பாண்டிய நாட்டில் பிறந்தார். பாண்டிய நாடுதான் அசல் தமிழ்நாடாகும். சுக்ரிவன் தூதர்களை அனுப்பியபோது அகஸ்தியர் தமிழ் பாட்டுகளைப் போதிக்கும் பொதிய மலைப்பக்கம் போனால் அதில் மயங்கி விடுவார்களென்று கருதி அங்கு போகாமல் எச்சரிக்கை செய்தான் என்று பாட்டு இருக்கிறது. தமிழ் கல்வியில் பெயர் பெற்ற எட்டியபுரத்தில் பிறந்தார். நல்ல தமிழ் பழக்கமுள்ள குடும்பத்தில் பிறந்தார். அவர் நீதியையும் ஸன்மார்க்கத்தையும் போதிக்கும் பாட்டுக்களைப் படித்தார். பிறகு மதுரைக்கு வந்து தமிழ்ச் சங்கத்தில் படித்தார். பாரதியை எனக்கு நேரில் தெரியும். இக்கால நாகரீகத்தை அவர் கண்டித்துப் பேசுவார். சேதுபதி

ஸ்கூலில் சிறிது காலம் ஆசிரியராயிருந்தார். பிறகு சென்னைக்கு வந்தார். ஸ்ரீமான் ஜி. சுப்ரமணிய ஐயர் அவரிடம் அன்புகொண்டு சுதேசமித்திரனில் அவரை வேலைக்கு வைத்துக் கொண்டார். பிறகு தானே ஒரு பத்திரிகையை நடத்த விரும்பி ஆரம்பித்து நடத்தினார். வாராவாரம் நடக்கும் ஒரு தமிழ் கூட்டத்திற்கு அவர் வருவது வழக்கம். ஸ்ரீமான் வி. கிருஷ்ணஸாமி ஐயர் ஒரு கூட்டத்தில் தலைமை வகித்து, கம்பன் ராமாயணம் எழுதியதும் ஆழ்வார்கள் நாயன்மார்கள் பாடியதும் தமிழிலேயே என்று சொன்னார். பாரதி அதை ஆதாரமாகக் கொண்டு கம்பன் பிறந்த தமிழ்நாடு என்று பாடிவிட்டார். பாரதி எழுதுவதுடன் பேசவும் திறமை பெற்றிருந்தார். ஸாஹித்ய திறமையுமுண்டு. பாட்டுமாத்திரமன்றி வசனத்திலும் எழுதினார். எளிய நடையில் எழுதியிருக்கிறார். ஒரு மனிதரைப் பணத்திற்காகப் புகழ்வது என்பது அவரிடமில்லை. இயற்கையான விஷயங்களைப் பற்றியே பாடினார். பாட்டுகள் அர்த்த புஷ்டியுள்ளதாயும் எல்லாரும் வேண்டுவதாயுமிருக்கின்றன. 5 வித பாகங்களில் க்ஷீரபாகமே சிறந்தது. பாரதியின் பாட்டுகள் க்ஷீரபாகத்தைச் சேர்ந்தவை. தெய்வ பக்தி நிரம்பியவை. தேச பக்தியும் பாஷாபிமானமும் நிரம்பியவை. எல்லா ரஸங்களுமிருக்கின்றன. இந்தியாவுக்கு வெளியில் பல விடங்களிலும் பாரதியின் படங்கள் திறந்துவைக்கப்பட்டு அவருடைய பாட்டுகள் பாடப்படுகின்றன. அவருடைய பெயரைப் பத்திரிகைகளுக்கும் வைத்திருக்கிறார்கள். முன் காலத்தில் தேச பக்தியைப் பற்றிப் பாடியவர்கள் இல்லையென்று ஸ்ரீமான் ராஜகோபாலாச்சாரியார் சொன்னதை நான் ஒப்புக்கொள்ளமாட்டேன். அப்போதும் பாடியிருக்கிறார்கள். ஆனால் இப்படி பகிரங்கமாக வெளியில் வந்து பாடியதில்லை. அதற்குப் பயம்தான் காரணம். தமிழ்க்கவிக்கு இந்தப் பொன்விழாக் காலத்தில் மரியாதை செய்ததற்கு என்னுடைய நன்றியைத் தெரிவித்துக்கொள்ளுகிறேன்.

~~

• *சுதேசமித்திரன்*, 1.1.1936, ப. 6.

2

சுப்பிரமணிய பாரதியார்

பிறந்த தேசம், பழகும் மனிதர்கள் முதலிய தொடர்புகளால் ஒருவருடைய வாழ்க்கையில் சில பழக்கங்கள் அமைகின்றன. ஸ்ரீ சுப்பிரமணிய பாரதியார் எட்டயபுரத்தில் பிறந்தவர். இவர் பிறந்த பாண்டிநாடு தமிழுக்கு உரிய நாடு. தமிழ் நாடென்று பழைய காலத்தில் அதற்குத்தான் பெயர். கம்ப ராமாயணத்தில் ஆஞ்சநேயர் முதலியவர்கள் சுக்கிரீவனால் தென் தேசத்துக்கு அனுப்பப்பட்ட போது அங்கே உள்ளவற்றைச் சுக்கிரீவன் சொல்லுவதாக உள்ள பகுதி யொன்றுண்டு; அங்கே ஒரு பாட்டில்,

தென்றமிழ்நாட் டகன்பொதியிற் றிருமுனிவன்
　　தமிழ்ச்சங்கம் சேர்கிற் பீரேல்
என்றுமவ னுறைவிடமாம்

என்று அவன் கூறியதாக இருக்கிறது; “நீங்கள் பாண்டிய நாட்டை அடைந்தால், அங்கே உள்ள பொதியில் மலைக்கருகில் செல்லும் பொழுது போகும் காரியத்தை மறந்து விடக்கூடாது; ஏனென்றால் அம்மலையில் அகத்தியருக்குரிய தமிழ்ச்சங்கத்தை அணுகினால் தமிழ் நயத்தில் ஈடுபட்டுவிடுவீர்கள்” என்று அவன் சொன்னதாகத் தெரிகிறது. இதனால் பாண்டி நாட்டின் பெருமை வெளிப்படுகிறதல்லவா?

பாரதியார் பிறந்த எட்டையபுர ஸமஸ்தானத்தில் பல வித்துவான்கள் இருந்தார்கள். அந்த ஸமஸ்தானத்து வித்துவானாகிய கடிகை முத்துப் புலவருடைய பெருமையை யாரும் அறிவார்கள்.

அவருடைய மாணாக்கருள் ஒருவராகிய உமறுப் புலவரென்னும் முகம்மதிய வித்துவான் முகம்மத் நபியின் சரித்திரமாகிய சீறாப் புராணத்தை இயற்றியிருக்கிறார். அந்நூல் ஒரு தமிழ்க்காவியமாக இருக்கிறது. எட்டையபுரத்தில் அங்கங்கே உள்ளவர்கள் தமிழ்ப் பாடல்களைச் சொல்லியும் கேட்டும் இன்புற்று வருபவர்கள். இதனால் பாரதியாருக்கு இளமை தொடங்கியே தமிழில் விருப்பம் உண்டாயிற்று. அது வர வர மிக்கது.

இவர் இளமையில் ஆங்கிலக்கல்வி கற்றார். தம்முடைய தமிழறிவை விருத்தி செய்துகொள்ளும் பொருட்டு மதுரைத் தமிழ்ச்சங்கத்திற் சேர்ந்து சில காலம் படித்தார். சிறு பிராயமுதற்கொண்டே இவருக்குச் செய்யுள் இயற்றும் பழக்கம் உண்டாயிற்று. அக்காலத்திலேயே தேசத்தின் நிலைமை இவருடைய மனத்திற் பதிந்தது. தெய்வத்தினிடத்திலும், தேசத்தினிடத்திலும், பாஷையினிடத்திலும் அன்பில்லாதவர்களைக் கண்டு இவர் மிக வருந்தினார். முயற்சியும் சுறுசுறுப்பும் இல்லாமல் வீணாகக் காலத்தைப் போக்குபவர்களை வெறுத்தார். புதிய புதிய கருத்துக்களை எளிய நடையில் அமைத்துப் பாடவேண்டுமென்ற உணர்ச்சி இவருக்கு வளர்ந்து கொண்டே வந்தது.

இவர் சிலகாலம் சேதுபதி ஹைஸ்கூலில் பண்டிதராக இருந்ததுண்டு. பிறகு, சென்னைக்கு வந்தார். இங்கே ஸ்ரீ ஜி. சுப்பிரமணிய ஐயர் இவரிடத்தில் ஈடுபட்டுச் 'சுதேசமித்திரன்' உதவி ஆசிரியர்களுள் ஒருவராக இருக்கச் செய்தார். கட்டுப்பாடான வேலைகளைச் செய்வதிற் பிரியமில்லாத பாரதியார் அந்த வேலையில் அதிக காலம் இருக்கவில்லை.

சென்னையில் இவர் இருந்த காலத்தில், நான் இவரோடு பலமுறை பழகி யிருக்கிறேன். பிரசிடென்ஸி காலேஜில் வாரந்தோறும் நடைபெறும் தமிழ்ச்சங்கக் கூட்டத்துக்கு வருவார்; பேசுவார்; புதிய பாட்டுக்களைப் பாடுவார். வருஷ பூர்த்திக் கொண்டாட்டங்களில் புதிய செய்யுட்கள் செய்து வாசிப்பார். ஒரு முறை, வி. கிருஷ்ணசாமி ஐயர் தலைமையில் அச்சங்கத்தில் ஜி.ஏ. வைத்தியராமையர் பேசினார். கிருஷ்ணசாமி ஐயருடைய தமிழபிமானமும், தமிழ் வித்துவான்களை ஆதரிக்கும் இயல்பும் தெரியாதபலர், 'இவருக்குத்தமிழ்ப்பாஷையில் பழக்கம் இல்லையே; தமிழில் என்ன பேசப் போகிறார்?' என்று நினைத்தனர். அவரோ, "தமிழைப்பற்றி அதிகமாகப் பேசுவானேன்? உலகத்திலுள்ள பல பாஷைகளில் மொழிபெயர்க்கப் பட்டு விளங்கும் திருக்குறளைத் திருவள்ளுவர் இயற்றிய பாஷை இந்தப் பாஷை, நவரஸமும் பொருந்திய இராமாயணத்தைக் கம்பர் செய்த பாஷை இது. எல்லோருடைய மனத்தையும் கரைத்து உருக்கித் தெய்வ பக்தியை உண்டாக்கும் தேவாரத்தை நாயன்மார்கள் இயற்றிய பாஷை

இது. ஆழ்வார்கள் திவ்வியப் பிரபந்தத்தைப் பாடிய பாஷை இது" என்று உத்ஸாகத்தோடு பிரஸங்கம் செய்தார். கேட்ட யாவரும் ஆச்சரியமுற்றார்கள். அந்தக் கூட்டத்திற்கு வந்திருந்த பாரதியார், அந்தப் பிரசங்கத்தில் மிகவும் ஈடுபட்டார். பின்பு கிருஷ்ணசாமி ஐயர் பாஷையின் பெருமையையும், தேசத்தின் பெருமையையும் வெளிப்படுத்தி யாவருக்கும் விளங்கும்படியான பாட்டுக்களைப் பாடியனுப்ப வேண்டுமென்று என்னிடம் சொன்னார். எனக்கு அவகாசம் இல்லாமையால் வேறொருவரை அனுப்பினேன். அவருடைய பாட்டுக்கள் அவருக்குத் திருப்தியை அளிக்கவில்லை. பிறகு பாரதியாரே அவருடைய விருப்பத்தைப் பூர்த்தி செய்தார். ஸ்ரீ கிருஷ்ணசாமி ஐயரது பிரசங்கத்தில் இருந்த கருத்துக்களே பாரதியார், "கம்பன் பிறந்த தமிழ்நாடு" என்பது போன்ற பகுதிகளை அமைத்துப் பாடுவதற்குக் காரணமாக இருந்தன.

தேசத்தின் பெருமையை யாவரும் அறிந்து பாராட்டும் படியான பாட்டுக்களைப் பாடவேண்டுமென்ற ஊக்கம் இவருக்கு நிரம்ப இருந்தது. அதனால் இவர் பாடிய பாட்டுக்கள் மிகவும் எளிய நடையில் அமைந்து படிப்பவர்களைத் தம்பால் ஈடுபடுத்துகின்றன. இவர் உண்மையான தேச பக்தியுடன் பாடிய பாட்டுக்களாதலின் அவை இவருக்கு அழியாத பெருமையை உண்டாக்குகின்றன.

பாரதியார் தேசீயப் பாட்டுக்களைப் பாடியதோடு வேறு பல துறைகளிலும் பாடியிருக்கிறார். இசைப்பாட்டுக்கள் பலவற்றைப் பாடியிருக்கிறார். இவர் சங்கீதத்திலும் பழக்கம் உடையவர்.

கவிகளின் தன்மையை உபமானமாக அமைத்து ஒரு புலவர்,

கல்லார் கவிபோற் கலங்கிக் கலைமாண்ட கேள்வி
வல்லார் கவிபோற் பலவான்றுறை தோன்ற வாய்த்துச்
செல்லாறு தோறும் பொருளாழ்ந்து தெளிந்து தேயத்
தெல்லாரும் வீழ்ந்து பயன்கொள்ள இறுத்த தன்றே?

என்று சொல்லியிருக்கிறார். அதற்கேற்ப விளங்குபவை இவருடைய செய்யுட்கள். இப்பாட்டில், "தேசத்து எல்லாரும் வீழ்ந்து பயன்கொள்ள" என்றது இவருடைய பாட்டுக்களுக்கு மிகவும் பொருத்தமுடையதாகும்.

பாட்டுக்களின் பாகம் ஐந்து வகைப்படும். அவை நாளிகேர பாகம், இக்ஷுபாகம், கதலீ பாகம், திராக்ஷா பாகம், க்ஷீரபாகம் என்பனவாம். நாளிகேரபாக மென்பது தேங்காயைப் போன்றது. தேங்காயில் முதலில் மட்டையை உரிக்க வேண்டும்; பிறகு ஓட்டை நீக்கவேண்டும்; அதன்பிறகு துருவிப் பிழிந்து வெல்லம் சேர்த்துச் சாப்பிடவேண்டும். இந்த வகையிலுள்ள பாட்டுக்கள் சில உண்டு. அதைப் பாடுபவர்கள் தம்முடன் அகராதியையும்

எடுத்துக்கொண்டு போகவேண்டும். சில சமயங்களில் அவர்களுக்கே தாங்கள் செய்த பாட்டுக்களுக்கு அர்த்தம் விளங்காமற் போய்விடும்.

இக்ஷுபாகமென்பது கரும்பைப் போன்றது. கரும்பைக் கஷ்டப்பட்டுப் பிழிந்து ரஸத்தை உண்ணவேண்டும். கதலீபாகமென்பது வாழைப்பழத்தைத் தோலுரித்து விழுங்குவது போலச் சிறிது சிரமப்பட்டால் இன்சுவையை வெளிப்படுத்துவது. திராக்ஷாபாகம் முந்திரிப் பழத்தைப் போல எளிதில் விளங்குவது. க்ஷீர பாகம் அதனிலும் எளிதில் விளங்குவது. குழந்தை முதல் யாவரும் உண்பதற் குரியதாகவும், இனிமை தருவதாகவும், உடலுக்கும் அறிவுக்கும் பயன் தருவதாகவும் இருக்கும் பாலைப்போல இருப்பது. பாரதியாருடைய கவிகள் க்ஷீர பாகத்தைச் சார்ந்தவை. சிலவற்றைத் திராக்ஷாபாகமாகக் கொள்ளலாம்.

ஆங்கிலம், வங்காளம் முதலிய பாஷைகளிற் பழக்கமுடையவராதலால் அந்தப் பாஷைகளிலுள்ள முறைகளை இவர்தம் கவிகளில் அமைத்திருக்கிறார். இவருடைய கவிதைகள் ஸ்வபாவோக்தியென்னும் தன்மை நவிற்சியணியை யுடையவை. பழைய காலத்தில் இருந்த சங்கப் புலவர்கள் பாடல்களில் தன்மை நவிற்சிதான் காணப்படும். அநாவசியமான வருணனைகளும் சொல்லடுக்குகளும் கவியின் ரஸத்தை வெளிப்படுத்துவனவல்ல. சில காலங்களில் சில புலவர்கள் தங்கள் காலத்திலிருந்த சில ஜமீன்தார்கள், பிரபுக்கள் முதலியவர்களுடைய வற்புறுத்தலுக்காக அநாவசியமான வருணனைகளை அமைத்ததுண்டு.

பாரதியாருடைய பாட்டுக்களில் தெய்வ பக்தியும் தேச பக்தியும் ததும்புகின்றன. தனித்தனியாக உள்ள பாட்டுக்கள் இயற்கைப் பொருள்களின் அழகை விரித்தும் நீதிகளைப் புகட்டியும், உயர்ந்த கருத்துக்களைப் புலப்படுத்தியும் விளங்குகின்றன.

இவருடைய வசனத்தைப் பற்றிச் சில சொல்ல விரும்புகிறேன். பாட்டைக் காட்டிலும் வசனத்திற்குப் பெருமை உண்டாயிருப்பதன் காரணம் அது பாட்டை விட எளிதில் விளங்குவதனால்தான். பாரதியாருடைய பாட்டும் எளிய நடையுடையது; வசனமும் எளிய நடையுடையது. வருத்தமின்றிப் பொருளைப் புலப்படுத்தும் நடைதான் சிறந்தது. பாரதியாருடைய வசனம் சிறு வாக்கியங்களால் அமைந்தது; அர்த்த புஷ்டியுடையது. இவருடைய கவிகளின் பொருள் படிக்கும்போதே மனத்துக்குள் பதிகின்றது. வீர ரஸம், சிருங்கார ரஸம் ஆகிய இரண்டும் இவருடைய பாட்டுக்களில் அதிகமாகக் காணப்படுகின்றன. பாரதியார் அழகாகப் பேசும் ஆற்றல் வாய்ந்தவர்.

இவருடைய பாட்டுக்கள் எல்லோருக்கும் உணர்ச்சியை உண்டாக்குவன; தமிழ் நாட்டில் இவருடைய பாட்டை யாவரும் பாடி மகிழ்வதனாலேயே இதனை அறிந்து கொள்ளலாம். கடல் கடந்த தேசங்களாகிய இலங்கை, பர்மா, ஜாவா முதலிய இடங்களிலும் இவருடைய பாட்டுக்கள் பரவியிருக்கின்றன. அங்கே உள்ளவர்களில் சிலர் இவரைப் பற்றி எழுத வேண்டுமென எனக்குக் கடிதங்கள் எழுதியதுண்டு. "மணவைமன் கூத்தன் வகுத்தகவி, தளைபட்ட காலுட னேகட லேழையுந் தாண்டியதே" என்று ஒரு புலவருடைய கவியைப் பற்றி வேறொரு புலவர் பாடியிருக்கிறார். ஸ்ரீ ராமனுடைய கவியாகிய ஆஞ்சநேயர் ஒரு கடலைத்தான் தாண்டினார். மணவைக் கூத்தன் கவியோ ஏழு கடல்களையும் தாண்டிவிட்டது. ஸ்ரீ ராமனுடைய கவி தளையில்லாமல் தாண்டியது; அங்ஙனம் செய்தது ஆச்சரியமன்று. இந்தப் புலவர் கவியோ, தளையுடைய காலோடு ஏழு கடலைத் தாண்டியது என்கின்றார். தளையென்பதற்கு விலங்கென்றும் கவிக்குரிய லக்ஷணங்களுள் ஒன்றென்றும் பொருள். இந்தப் பாட்டுக்கு இப்போது இலக்கியமாக இருப்பவை பாரதியாருடைய கவிகளாகும்.

பாரதியார் தாம் எவ்வளவு கஷ்டப்பட்டாலும், ஜனங்களுக்கு நன்மை உண்டாக வேண்டுமென்ற கொள்கையையுடையவர். தைரியமுடையவர். இவருடைய புகழ் தமிழ் நாட்டின் புகழாகும்.

~~

• *நினைவு மஞ்சரி* (இரு தொகுதிகள்), பக். 235–240.

• *நினைவு மஞ்சரி* நூலில் கட்டுரையின் இறுதியில், "1936[1935]இல் அகில இந்தியக் காங்கிரஸின் பொன்விழாவில் சென்னைக் காங்கிரஸ் மண்டபத்தில் பாரதியாருடைய படம் திறக்கப்பட்டபோது செய்த பிரசங்கம்" என்னும் குறிப்பு இடம்பெற்றுள்ளது.

3

'கவிச்சக்கரவர்த்தி சுப்ரமண்ய பாரதி சரிதம்'

முகவுரை

ஒவ்வொரு நாட்டிலும் ஒவ்வொரு வகையில் தமது ஆயுள் நாளைச் செலவிட்டு உலகத்தோரால் நன்மதிப்புற்றுப் புகழ்பெற்றோர் பலர். அவரவர்க்கு இருந்த சிறப்பியல்புகள் யாவை, அவரவர்களுடைய காலப் போக்கு எப்படி யிருந்தது, பிறருடைய நன்மையின் பொருட்டு அவரவர்கள் பட்ட கஷ்டங்கள் யாவை என்று பிறர் தெரிந்து கொள்வதற்கு அவரவர்களுடைய ஜீவ்ய சரித்திரங்களே கருவியாக உள்ளவை. எட்டயபுரம் ஸ்ரீ சுப்பிரமணிய பாரதியாரை உலகம் நன்கறியும். பாரதி யென்றால் அவரேயென்று குறிப்பிடும் பெருமை வாய்ந்தவர் அவர். பெரியோர் முதல் பாலர் ஈறாக எல்லோராலும் நன்கறியப்பட்ட தகுதி வாய்ந்தவர். எனக்கு மிக்க பழக்கமுள்ளவர்.

தமிழில் சில நூல்களை எழுதி வெளியிட்டுள்ள ஆக்கூர் ஸ்ரீ அநந்தாசாரியாரவர்கள் பாரதியாரின் சரித்திரத்தை இப்போது எழுதி வெளியிட்டிருக்கிறார்கள். அது போற்றற் குரியதே.

பாரதியாரின் வாழ்க்கை வரலாறுகளை ஸாமான்ய ஜனங்களும் நன்கு அறியுமாறு இப்புத்தகம் அமைந்திருக்கிறது. இதனை அன்பர்கள் வாங்கிப் படித்து ஆதரிப்பார்களென்று நம்புகின்றேன்.

தியாகராஜ விலாசம்
திருவல்லிக்கேணி
4–8–36

இங்ஙனம்,
வே. சாமிநாதையர்

• கவிச்சக்கரவர்த்தி சுப்ரமண்ய பாரதி சரிதம், 1936.

4

வி. கிருஷ்ணசாமி ஐயர்

தமிழபிமானம்

பெரிய உத்தியோகத்தில் இருந்தால் ஆங்கிலப் புத்தகங்களைப் படிப்பது, ஆங்கிலங் கற்றவர்களை வியப்பது, இங்கிலீஷ் நூலிலுள்ள கருத்து எந்தப் பாஷையிலும் இல்லையென்று சொல்வது முதலியவற்றைப் பெருமையாகக் கொள்பவர்கள் எந்தக் காலத்திலும் உண்டு; ஆனால் இப்போது அத்தகையவர்களது தொகை குறைந்து வருகிறது. கிருஷ்ணசாமி ஐயர் காலத்தில் ஆங்கில மோகம் உச்ச நிலையை அடைந்திருந்தது.

கிருஷ்ணசாமி ஐயர் ஆங்கில அறிவில் சிறந்தவர்; அவருடைய தந்தையாரும் தமையனாரும் அவரும் வடமொழிப் பயிற்சியும் அந்த மொழியினிடத்தில் அன்பும் உடையவர்கள். இந்த இரண்டு பாஷைகளிலும் கிருஷ்ணசாமி ஐயருக்கு இருந்த அறிவும் அபிமானமும் மற்றப் பாஷைகளை வெறுக்கச் செய்யவில்லை. தமிழினிடத்தில் அவருக்கு இருந்த அபிமானத்தை நான் அனுபவத்தில் பல சமயங்களில் உணர்ந்திருக்கிறேன்.

வடமொழியில் அன்பிருந்தால் தமிழினிடத்தும் அபிமானம் உண்டாவது அந்தக் காலத்தில் அருமை. அறிவுக்கு உண்மையான மதிப்பை யளிக்கும் பெரியார்கள் ஒவ்வொன்றின் பெருமையையும் நன்கு அறிந்து பாராட்டி வருவார்கள்.

"எந்தப் பாஷையாக இருந்தால் என்ன? மனத்திற் பதியும் படியான நல்ல விஷயம் எங்கே இருக்கின்றதோ அதைத் தேடி அறிந்துகொள்ளவேண்டும்" என்பது கிருஷ்ணசாமி ஐயரது கொள்கை.

ஒருநாள் சென்னை இராசதானிக் கலாசாலைத் தமிழ் மாணவர் சங்கக் கூட்டத்திற்கு அவர் அக்கிராசனம் வகித்தார். காலஞ்சென்ற ஜி.ஏ. வைத்தியராமையர் அன்று 'தமிழின் பெருமை' என்னும் விஷயத்தைப் பற்றிப் பேசினார். கிருஷ்ணசாமி ஐயர் தலைமை வகிப்பது தெரிந்து பலர் கூட்டத்திற்கு வந்திருந்தனர். ஸ்ரீ சுப்பிரமணிய பாரதியாரும் வந்திருந்தார்.

கிருஷ்ணசாமி ஐயர் என்ன பேசுவாரோ என்று யாவரும் ஆவலோடு எதிர்நோக்கியிருந்தனர். சிலர், 'இவர் தமிழைப் பற்றி என்ன பேசப்போகிறார்? ஸம்ஸ்கிருதத்தைப் பற்றி வேண்டுமானாற் பேசுவார்' என்று நினைத்தார்கள்.

உபந்நியாசகர் பேசியபின்பு கிருஷ்ணசாமி ஐயர் பேசத் தொடங்கியபோது எல்லோரும் அவர் வாயையே பார்த்துக்கொண்டு இருந்தனர். அவர் பேசலானார்:

"தமிழில் எத்தனை நூல்கள் இருக்கின்றன! திருவள்ளுவர் திருக்குறள் செய்த பாஷை இது; கம்பன் இராமாயணம் இயற்றியது இந்தப் பாஷையிலேயே; நாயன்மார் தேவாரம் பாடிய பாஷை; மாணிக்கவாசகர் திருவாசகம் அருளிய பாஷை; ஆழ்வார்கள் திவ்யப் பிரபந்தம் பாடியதும் இதிலேதான். இந்தப் பாஷையின் பெருமைக்கு அளவில்லை" என்று தொடங்கி வரிசையாகக் கூறிக்கொண்டே சென்றார். அவருடைய பேச்சில் ஒரு பெருமிதமும் கம்பீரமும் இருந்தன. யாவரும் பிரமித்தனர். ஸ்ரீ சுப்பிரமணிய பாரதியார் அன்று அந்தப் பிரசங்கத்தைக் கேட்டுக் குதூகலத்தை அடைந்தார். அந்தப் பேச்சு அவர் உள்ளத்திலே ஒரு கிளர்ச்சியை உண்டாக்கியது; அதிலிருந்து ஒரு பாட்டுக்குரிய பொருளைக் கிரகித்துக் கொண்டார். தமிழ்நாட்டைப் பற்றி அந்த முறையிலே பாடவேண்டுமென்று அவருக்கு அன்று ஒரு கருத்து உண்டாயிற்றென்றே தோற்றுகின்றது.

கிருஷ்ணசாமி ஐயர் நம்முடைய நாட்டின் பெருமையை அமைத்து எளிய நடையில் குழந்தைகளும் பெண்களும் பாடும் வண்ணம் சில பாட்டுக்கள் இயற்ற வேண்டுமென்று விரும்பினார். பலரிடம் தம் கருத்தை உரைத்து வந்தார்.

அந்தக் காலத்தில் சுப்பிரமணிய பாரதியார் அவருடைய பழக்கத்தைப் பெற்றிருந்தார். கிருஷ்ணசாமி ஐயர் பாரதியாரிடம் தம் கருத்தைத் தெரிவித்தார். பாரதியாருடைய காதில் கிருஷ்ணசாமி ஐயருடைய பழைய பிரசங்கம் ஒலித்துக் கொண்டே இருந்தது. அவர் தமிழ்ப் பாஷையைப் பற்றிச் சொன்னதைப் பின்பற்றி இவர் தமிழ் நாட்டைப் பற்றிப் பாடத்தொடங்கினார்:

செந்தமிழ் நாடென்னும் போதினிலே – இன்பத்
தேன்வந்து பாயுது காதினிலே

என்ற பாட்டைப் பாரதியார் பாடினார்.

'கம்பன் இராமாயணம் செய்த பாஷை; திருவள்ளுவர் திருக்குறள் செய்த பாஷை' என்று அன்று அவர் கூறியதை இவர் சிறிது மாற்றி,

கல்வி சிறந்த தமிழ்நாடு – புகழ்க்
கம்பன் பிறந்த தமிழ்நாடு – நல்ல
பல்வித மாயின சாத்திரத் தின்மணம்
பாரெங்கும் வீசுந் தமிழ்நாடு

என்றும்,

வள்ளுவன் றன்னை யுலகினுக் கேதந்து
வான்புகழ் கொண்ட தமிழ்நாடு – நெஞ்சை
அள்ளுஞ் சிலப்பதிகாரமென் றோர்மணி
யாரம் படைத்த தமிழ்நாடு

என்றும் பாடினார்.

இந்தப் பாட்டைக் கேட்டு இதில் தம்முடைய கருத்து அமைந்திருப்பதை அறிந்து கிருஷ்ணசாமி ஐயர் பெருமகிழ்ச்சியை அடைந்தார். பாரதியாரைப் பின்னும் பல பாடல்களைப் பாடச்செய்து அவற்றைச் சேர்த்து ஆயிரக்கணக்கில் அச்சிடுவித்து இலவசமாக வழங்கச் செய்தார். சுப்பிரமணிய பாரதியாரை அக்காலத்திலே அறிந்து அவருடைய கவித்துவத்தைப் பாராட்டி ஆதரித்தவர்களுள் கிருஷ்ணசாமி ஐயர் முக்கியமானவர். பாரதியாருடைய கொள்கைகளிற் பலவற்றைக் கிருஷ்ணசாமி ஐயர் விரும்பாவிடினும் அவருடைய கவித்துவத்தில் அவர் ஈடுபட்டார்.

இவ்வாறே பலவேறு கொள்கைகளையும் பலவேறு பழக்கங்களையும் உடையவர்களாக இருப்பினும் தமிழ் முதலியவற்றில் அறிவுடையவரென்பது தெரிந்தால் மற்றவற்றையெல்லாம் மறந்து பாராட்டுவது கிருஷ்ணசாமி ஐயரது இயல்பு.

~~

---

* 'வி. கிருஷ்ணசாமி ஐயர்' என்னும் தலைப்பில் அமைந்த நெடுங்கட்டுரையின் ஒரு பகுதி.
* கலைமகள், ஆகஸ்டு 1939, பக். 105-108.

5

என்னுடைய ஞாபகங்கள்

(சில பகுதிகள்)

பிரஸிடென்ஸி காலேஜிலிருந்து நான் விலகி இருபது வருஷங்களுக்குமேல் ஆகின்றன. ஆனாலும், இப்போது இந்தக் காலேஜ் சம்பந்தமாக எனக்குத் தெரிந்தவற்றை எழுதும்படி ஒரு சந்தர்ப்பமளித்த பிரின்ஸிபால் ஸ்ரீ எச்.ஸி. பாப்வொர்த் துரையவர்களுக்கு முதலில் நன்றி பாராட்டி விட்டு என் ஞாபகத்தில் உள்ளவற்றைச் சுருக்கமாகத் தெரிவிக்கிறேன்.

கும்பகோணம் காலேஜிலும் பிரஸிடென்ஸி காலேஜிலும் நான் ஏறக்குறைய 39 – வருஷங்கள் தமிழ்ப்பாடஞ் சொல்லிக் கொடுக்கும் வேலையில் இருந்தேன். ஆயிரக்கணக்கான அன்பர்களுடைய பழக்கத்தை உண்டாக்கி அவர்களுடைய அன்பு என்றும் குன்றாமல் இருக்கும்படி செய்வதற்குக் காரணமாக இருந்தவை இந்த இரண்டு காலேஜுகளும் ஆகும். இவற்றுள் பிரஸிடென்ஸி காலேஜுக்கு வந்த பிறகு பல அன்பர்களுடைய பழக்கம் எனக்கு அதிகமாக ஏற்பட்டது.

ஏறக்குறைய 65 – வருஷங்களுக்கு முன்பு நான் திருவாவடுதுறையில் தமிழ் படித்த காலத்திலே என் ஆசிரியர் மகா வித்துவான் ஸ்ரீ மீனாட்சி சுந்தரம் பிள்ளையவர்கள் மூலமாக முதல் முதலில் பிரஸிடென்ஸி காலேஜைப் பற்றியும், இங்கே தமிழ்ப் பண்டிதராக இருந்த மகாலிங்கையரைப் பற்றியும் கேள்வியுற்றேன். 1880 – ஆம் வருஷம் கும்பகோணம்

காலேஜில் நான் வேலை யொப்புக்கொண்ட பிறகு இந்தக் காலேஜைப் பற்றி அதிகமாகத் தெரிந்துகொண்டேன்...

இந்தக் காலேஜில் மாணவர் தமிழ்ச் சங்கமொன்று நெடுநாட்களாக நடந்து வருகிறது. நான் இருந்த காலத்தில் அந்தச் சங்கத்தில், மதுரையில் இப்போதுள்ள தமிழ்ச்சங்கத்தை ஸ்தாபித்தவரும் பாலவநத்தம் ஜமீன்தாருமாகிய ஸ்ரீமான் பொ. பாண்டித்துரைத் தேவர், துரைத்தன நிர்வாக அங்கத்தினராக இருந்த வி. கிருஷ்ணசாமி ஐயர், ஜஸ்டிஸ் பி.ஆர். சுந்தரமையர் முதலியவர்கள் ஆண்டு நிறைவு விழாக்களில் அக்கிராசனம் வகித்துப் பேசியிருக்கிறார்கள். ஸ்ரீ ஸி. சுப்பிரமணிய பாரதியார் இரண்டு மூன்று முறை பிரசங்கம் செய்திருக்கிறார். வேறு அறிஞர் பலரும் பிரசங்கங்கள் செய்ததுண்டு.

இந்தக் காலேஜ் தொடங்கி இப்போது நூறு ஆண்டுகள் ஆயினவென்பதை நினைக்கும்போது, இந்த நூறு ஆண்டுகளிலும் எத்தனை மாணாக்கர்களை இக்காலேஜ் உண்டாக்கியிருக்கின்றதென்பதை எண்ணி மகிழ்கின்றேன். இது மேன்மேலும் அபிவிருத்தியடைந்து இந்த நாட்டுக்கு அறிவையும், பெருமையையும் அளித்துக் கொண்டு நிலவ வேண்டுமென்று ஸர்வேசுவரனைப் பிரார்த்திக்கின்றேன்.

~~

- *Centenary Commemoration Book, Presidency College, Madras, 1940, pp. 81, 90.*

பகுதி 3

உ.வே.சா. முன்னிலையில் பாரதி சொற்பொழிவுகள்

1

கருணை

கருணையானது மானுஷிகக்கருணை, தெய்விகக் கருணை என்றிரு வகைப்படும். இவையிரண்டும் மனிதர்களிடத்துக் காணப்படுவனவேயாம். இவற்றுள்ளே தெய்விகக் கருணையுடையார் மனிதர்களுக்குள்ளே தேவர்களாவார். அஃதில்லாது மானுஷிகக் கருணை மட்டுமுடையோர் சாதாரண மனிதர்களாவார். அம் மானுஷிகக் கருணை யில்லாதாரோவெனின், இருகால் விலங்குகளாவார். மானுஷிகக் கருணை, தெய்விகக் கருணை என்று பகுத்து, அவற்றைப்பற்றி மேலே பற்பல விஷயங்கள் சொல்லிக்கொண்டு போகுமுன், ம(ா)னுஷிகக்கருணையாவது யாது? தெய்விகக் கருணையாவது யாது? என்பதை விளங்கக் கூறியிருத்தல்வேண்டும். முதலாவது, மானுஷிகக்கருணை யென்பதை யெடுத்துக்கொள்வோம். அதாவது ஒருவன் மனிதன் என்ற பெயருக்குத் தகுதியுள்ளவனாயிருப்பானாயின், அவனுக்கு மற்ற மனிதர்களிடத்திலும் பொதுவாக மற்றெல்லா உயிர்களிடத்திலும் இயற்கையாக இருக்கவேண்டிய உயர்தரத் தன்பு. அன்பில் உயர்தரத் தன்பென்று வேறுபடுத்திச் சொல்லியதென்னவென்றால் கூறுகின்றேன். மனிதனுக்குத் தன் மகனிடத்திலும், அரபிக்குத் தன்

• 'சுதேசமித்திரன்' நாளிதழில் தலைப்பையடுத்துச் "சென்னை மாணவர் தமிழ்ச்சங்கத்து வருஷாந்திர மீட்டிங்கில் மிஸ்டர் C. சுப்பிரமணிய பாரதி செய்த பிரசங்கம்" என்னும் குறிப்பு இடம்பெற்றுள்ளது.

குதிரையிடத்திலும், அரசனுக்குத் தனது அடிமையிடத்திலும், நோயாளிக்குத் தன் வைத்தியனிடத்திலும், வைத்தியனுக்குத் தனக்குப் பணம் கொடுக்கும் நோயாளி யிடத்திலும், ஆண் சிங்கத்திற்குப் பெண் சிங்கத்தினிடத்திலும், தாய்ப் புலிக்குப் புலிக்குட்டியிடத்திலும், இன்னும் பலவாறாகவும் தோன்றுகிற அன்பு சாதாரண அன்பாகும். இவை உயர்தர அன்பு அல்லது கருணை என்று கூறப்படுவதில்லை.

இவ்விதச் சாதாரண அன்பெல்லாம் காதல், நன்றியறிவு, இயற்கைப் பற்று, தன்னயம் பாராட்டல் என்று பல பல பெயர்களாற் கூறப்படும். இவற்றுள்ளேயும் தாரதம்மியமுண்டு. தன்னயம் பாராட்டலினும் இயற்கைப்பற்று உயர்வானது; அதைக் காட்டிலும் நன்றியறிவு சிறந்தது; அதனிலும் காதல் மேற்பட்டது எனினும் இவை யெல்லாம் உயர்தர அன்பாகமாட்டா. இவையெல்லாம் மனிதனுக்குமட்டிலும் சிறப்பாக உள்ள குணங்களல்ல. திருஷ்டாந்தமாகத் தன்னயம் பாராட்டாமல் இல்லாத ஜீவஜெந்துவே கிடையாது. ஓரறிவுச் சிற்றுயிர்கள் முதல் மனிதன் வரையுள்ள எல்லா ஜந்துக்களுக்கும் தன்னயம் பாராட்டுங் குணமுண்டு. இயற்கைப்பற்று புலிக்குண்டு; கரடிக்குண்டு; அனேகமாய் எல்லா விலங்குகளுக்கும் உண்டு. நன்றியறிவுக்கு நாய் பெயர்போனது. காதலுக்குப் பறவைகள் புகழ்பெற்றனவாகும். இவையெல்லாம் உயர்தர அன்பாகமாட்டா. கருணையென்பது யானறிந்த மட்டிலும் மனிதனுக்கே விசேஷ குணமாகும். தான் தின்ன வேண்டுமென்று வைத்திருந்த உணவைத் தன்னிலும் பசியுடையவனாக ஒருவன் வரக்கண்டவுடன் அவன் முகங் கண்டிரங்கின் தம்பி உணவில்லாமல் இன்னும் சிறிது நேரம் யானுயிரோடிருக்கமாட்டேன். நீ ஆகாரமில்லாவிடின், இப்போதே இறந்துவிடுவா யென்று தோன்றுகிறது. நீ இதை யெடுத்துக்கொள்" என்று அவனிடம் கொடுத்து விடுகிறான். இது கருணை.

கன்னமுலர்ந்துபோய்க் கண்கள் குழிவிழுந்து, எண்ணெயறியாது புதர்பட்ட தலையும், ஸ்நாநமறியாத உடலும், கிழிந்த கந்தை யுடுத்த அரையுமாகிச் சோறு வேண்டுமென்று கேட்கவுமெண்ணாமல், மூலையில் இரண்டு குமாரத்திகள் படுத்திருக்க, நோயிலே வருந்தி வாயினால் நலிவு கூறிக் கண்ணால் பழி கூறிக்கொண்டு மனைவியொரு பக்கத்தில் விழுந்திருக்க, வெளியே பிச்சைக்கென்று போன பிள்ளைகள் எப்போது வருவார்களென்று அவர்களடிச்சத்தம் கேட்கும் பொருட்டு மேலெல்லாஞ் செவிகளாகக் காத்திருக்கும் வாத நோய் கொண்ட கிழவனொருவன், மக்கள் வருகிறார்களா வென்று பார்க்கும் பொருட்டு நகர்ந்து நகர்ந்து வெளியேவந்து நோக்கும்போது, அங்கே ஓர் பசித்த நாயிருப்பது கண்டு, திரும்பவும் நகர்ந்து உள்ளேசென்று

எந்த ஆச்சரியத்தாலோ தாங்களுண்ணாமல் வைத்திருந்த சிறிது பழஞ்சோற்றைக் கொண்டுவந்து அந்நாய்க்குப் போடுவதை நான் பார்த்திருக்கிறேன். இது உயர்தர அன்பு, இது காருணியம். போர்க்களத்திலே சிட்னி என்பவர் தாம் காயமுண்டு கிடந்தபோது மரணதாகமெடுக்க, தண்ணீர், தண்ணீர் என்று புலம்பிவிட்டுச் சிலர் கொண்டுவந்தபோது அருகே குற்றுயிரோடு கிடக்கும் போர் வீரனொருவன் அந்நீரை ஆவலுடன் பார்ப்பது கண்டு, “அப்பா, அவனுடைய தாகம் என்னுடையதைக் காட்டிலும் பெரிது; இந்த ஜலத்தை அவனிடம் கொடுத்து விடுங்கள்” என்று சொல்ல, மூச்சுப் போய்விட்டது. இது காருணியம். தன்னலம் பற்றி சொல்வதன்று. தன் மகன், தன் மகளென்பது பற்றி ஏற்படும் இயற்கைப் பற்றன்று. செய்ததற்கு மாறு செய்யும் நன்றியன்று. அன்புடன் முத்தமிட்டுத் தழுவி மகிழ்ந்திருந்த உடல் வருந்துகின்றதே என்று பொங்கி யெழுகின்ற காதற்றுன்ப மன்று. இது கருணை. மனிதர்களுக்குள்ளே இக்கருணை யுணர்ச்சி மிகக்குறைவாக இருத்தல் பரிதபிக்கக்கூடிய விஷயமாகும்.

தன்னயங் கருதல், பொய், பொறாமை, சினம், கர்வம் முதலிய துர்க்குணங்களே பெரும்பாலும் மனிதர்களை ஆளுகின்றன என்பதை நாம் அறியமாட்டோமா? மனிதர்களின் புராதன சரித்திரத்தைப் பார்வை யிடுவோமானால் அவற்றில் நிறைந்து கிடக்கும் அநீதிகளுக்கோர் கணக்குண்டா?

நமது ஆரியதேச சரித்திரங்களையும், ரோம், கிரீஸ் முதலிய நாடுகளின் புராதன வர்த்தமானங்களையும், இங்கிலாந்து, பிரான்ஸ், ஜெர்மனி, ருஷியா, ஆஸ்திரியா முதலிய நவீன ராஜ்யங்களின் பழைய சமாசாரங்களையும், எகிப்து நாட்டுப் பழமைகளையும், ஹிப்ரூக் கதைகளையும், அரபிதேசத்துக் காலக்குறிப்புகளையும் நோக்குவோமாயின், எளியோரை வலியோர்களும், யாதொன்று மறியாத பேதை ஜனங்களைக் கபடமும், துர்ப்புத்தியும், சுய லாபக் கருத்தும் உருவாகத் திரண்ட பாதகர்களும், துன்பப்படுத்தியதற்கோர் எல்லையுண்டா? கொடுங்கோன் மன்னர்களும், வயிற்றைக் கடவுளாக வணங்கும் மதாசாரியர்களும், மந்திரிகளும், ராஜ்ய தந்திரிகளும் ஏழை ஜனங்களைப் படுத்திய பாடு சொல்லவும் படுமா?

2

சகோதரர்களே, கருணையென்பது இவ்வுலகத்தில் மிகவும் குறை. புராதன சரித்திரத்திலிருந்து ஸிட்னியென்ற ஒருவரை உதாரணமாக எடுத்துக்காட்டினோம். இவ்வாறு எத்தனை ஸிட்னிக ளிருந்திருக்கின்றார்கள்? ஆனாலோ பிணங்களை முன்னாலே பரப்பிக் கொண்டே அதன் பின்பு சேனைகளை

நடத்திச் செல்கின்ற டைமர் போன்றோர்களும், நகர முழுவதும் தீயைக் கொளுத்தும்படி ஆக்கினை புரிந்துவிட்டுத் தீயிலே இளங்கன்னிகளும், மழலைமாறாக் குழந்தைகளும், கண்தெரியாக் கிழவர்களும் கிடந்து புழுத்துடிப்பதுபோலத்துடிப்பதை மாளிகைச் சிகரத்தின் மேலிருந்து பார்த்துக் களிக் கூத்தாடுகின்ற நீரோச் சக்ரவர்த்தி போன்றோர்களும், "என் வயிற்று வலியை எந்த மதத்தின் ஆசாரியர்கள் சொஸ்தம் செய்கிறார்களோ, அவர்கள் மதமே மேலானது. எதிரி மதஸ்தர்களை யெல்லாம் கழுவேற்றி விடுவேன்" என்று போர் மூட்டிவிட்டு, தனது குன்ம நோயைச் சொஸ்தம் புரிந்த சைவர்களுக்குப் பரிந்து 8,000 சமணர்களைக் கழுவேற்றிய பாண்டிய ராஜன் போன்றோர்களும் சரித்திரங்களில் மொய்த்துக் கிடக்கின்றார்கள்.

சரித்திரங்களில், கருணைக்காகப் புகழ் பெற்றவர்கள் ஆயிரத்திலொருவர். பாதகர்களோ எண்ணிறந்தவர்கள். உலகப் புகழிலோங்கி, செல்வத்திற் செருக்கி, பொன்னும் முத்தும் வயிரமுமணிந்து பல்லக்கிலேறிச் சுற்றும் பெரும் பதவிகளிலே மானிடப் புலிகள், மானிடப்பாம்புகள், மானிடப்பிசாசுகள், மானிட ராக்ஷதர் களிருந்திருக்கிறார்கள். இவர்களைப்பற்றி நாம் இப்போது பேச வேண்டியதில்லை. கருணையைப்பற்றிப் பேசவந்த இடத்தில் நாம் சிலரிடம் மாற்சரியம் காட்டுதல் அழகாகமாட்டாது. இவர்களை யெல்லாம் நாம் மறந்துவிட்டுப் புராதன சரித்திரங்களிலேயும், தற்காலச் சரித்திரங்களிலேயும் கருணை வடிவுடையோரா யிருக்கும் பெரியோர்களின் வழக்கத்தைக் கைக்கொள்வோம்.

கோழி திருடுதல் முதலிய சிறு குற்றங்களெல்லாம் கொலைத்தண்டனை விதித்த காலங்களில் "அது பாதகமாகும். கொலைக்குக் கொலைவாங்கலாமேயன்றி அற்பக்குற்றங்களுக்கெல்லாம் கொலைத் தண்டனை விதிக்கக்கூடாதெ"ன்று மன்றாடிய கருணை மூர்த்திகளுக்கு நான் வந்தனம்செய்கிறேன். இக்காலத்தில் கொலைக் குற்றத்திற்குக்கூட மரண தண்டனை கூடாதென்றும், கொலையாளிக்குச் சிறைத்தண்டனை முதலியன விதித்து இனிக் கொலை நேரிடாவண்ணம் தடுக்க முயல்வதே நீதியான அரசாட்சி யென்றும் வழக்கிட்டுப் பெரு நூல்களெழுதி வருகின்ற நியாய சாஸ்திரிகளுக்கெல்லாம் நான் தலை வணங்குகின்றேன்.

கொலையாளியைத் தூக்குவதற்குப் பயந்து மற்ற ஜனங்கள் அப்பெரும் பாதகம் செய்யாமலிருக்கிறார்களென்று நினைப்பது தப்பென்பதும், கல்வியினாலும் கேள்வியினாலும், அறிவு மிகுதியாலுமே அவ்விதச் செயல்களுக்கு

உட்படாதிருக்கிறார்களென்பதும் நாம் நன்றாக அறிந்து கொள்ளத்தக்க விஷயங்கள்.

போர் புரிவது மிருகத்தன்மை பொருந்திய அநாகரிகச் செய்கையென்றும், ராஜாங்கத்தார்களுக்குள்ளே விவாதம் நேரிடும் விஷயத்தில் அதை நீதியான மத்தியஸ்தத்தினால் நீக்கிக் கொள்ள வேண்டுமென்றும், வாதாடும் மகான்களுக்கெல்லாம் நான் முடி வணங்குகின்றேன். நீதியைக்காட்டிலும் கருணையே பெருங்குணமென்றும் இவ்வுலகத்தில் தற்காலத்திலிருக்கும் பெருந் துன்பங்களாகிய வியாதி, தரித்திரம், அறிவின்மை என்பவை யெல்லாம் மனிதர்களுக்குள்ளே கருணைக்குணம் விருத்தியாகுமாயின், நீங்கி விடுமென்றும் பிரசங்கித்து வருகின்ற மேலோர்கள் பதங்களை என் முடிமீது கொள்ளுகின்றேன்.

இத்தன்மையோர்களின் நூல்களையே படிக்கவேண்டும், இவைகளையே படிப்பிக்கவேண்டும். இவர்களின் கருத்துக்களையே நாம் அங்கீகரிக்கவேண்டும். இவர்களின் நடையையே பின்பற்ற வேண்டும். இவர்களையே தொழுதலும் துதித்தலும் வேண்டும். ஏழைகளுக்கிரங்கு. நீ துன்பக்கடலுள் மூழ்கி மூச்சுப்போகும் தருணத்திலிருப்பவர்களைக் கை தூக்கிவிடு. நோயாளிகளுக்கு மருந்துகொடு, பசித்தோர்களுக்குணவுகொடு, வீடில்லாதவர்களுக்கு இடங்கொடு, அறிவில்லாத மூடர்களுக்கு அறிவுகொடு, வாயில்லாத பிராணிகளைக் கொல்லாதே. ரெயிலும் ஸைக்கிளும் மோடார் வண்டியும் இருக்கும் போது நீ ஒரு வண்டியிலேறியிருந்து உன்போன்ற ஒரு மனிதனை இழுத்துக்கொண்டோடச் சொல்லிக் கழுத்தை முறியாதே. மாடுகள், குதிரைகள் முதலியவற்றிற்கு நீ செய்யும் சில உதவிக்காக அவை உன்னைச் சுமப்பது ஒருவேளை நீதியாகஇருக்குமென்றாலும், அவைகளுக்கு அதிக அறிவு கொடுத்து உயர் நிலைக்குக் கொண்டுவர நம்மால் முடியாதாதலால் அவற்றை இவ்வுபயோகங்களுக்கே உட்படுத்துவது சரியென்று தோன்றுமே யாயினும், அவற்றை அனாவசியமாகத் துன்புறுத்தாதே. நொண்டி மாடு, கழுத்திலே புண்பட்டு இரத்தம் வடிகின்ற குதிரை, இவற்றிலேறிச் செல்லாதே. கருணையே தெய்வமென்று கொள். “அன்பேசிவம் அன்பேசிவம்” என்றார் பெரியோரும். இதை நன்றாக மனதிலே வைத்துக்கொள்.

3

இதுவரை மானுஷிகக் கருணையைப்பற்றிப் பேசிவந்தேன். இனித் தெய்வக் கருணையின் தன்மை கூறுகின்றேன். தெய்வங்களால் மானிடர்மீது செலுத்தப்படுங் கருணையைத் தெய்விகக் கருணையென்று கூறவில்லை. இங்கு அதனைப்

பிரஸ்தாபிக்க இடமுமில்லை. தொடக்கத்தில் யான் கூறியபடி இத்தெய்விகக் கருணையும் மனிதர்களிடமே யுள்ளது. மனிதரிடமுள்ள குணமொன்றுக்குத் தெய்விக மென்ற பெயர் ஏன் கொடுக்க வேண்டும்? என்றால், சொல்கின்றேன். மானுஷிகக் கருணையென்ற ஒரு குணத்தைப்பற்றிக் கூறிவந்த யான் அதனிலும் கோடிமடங்கு சிறந்ததாகிய ஓர் பெருங் குணத்தைப்பற்றிப் பேசத்தொடங்கிய காலத்து அதற்கோர் பெயர் கொடுக்கவேண்டுவது அவசியமாதலால், அதனைத் தெய்விகக் கருணை யென்ற சிறப்புப் பெயராற் கூறினேன். இனி வேறு காரணங்களு மிருக்கின்றன; அவற்றைப் பின்பு வெளியிடுகின்றேன். இத்தெய்விகக் கருணையென்னும் அரிய பொருள் யாது? இதுவரை கூறிவந்த தன்னலம், இயற்கைப்பற்று, நன்றி யறிவு, காதல், மானுஷிகக் கருணை என்பவற்றி னின்றும் எவ்வாறு வேறுபட்டது? எனிற்கூறுவேன். ஏழைகள், நாதனற்றிருப்போர் இவர்களின் மீது செலுத்துவது மானுஷிகக் கருணை; உனக்குத் தீங்கு செய்வோர், உன் மனத்தைப் புண்படுத்துவோர், உன் பொருளை யழிப்போர், உன்னை நிந்திப்போர், இவர்கள்மீது செலுத்தப்படுங்கருணை தெய்விகக் கருணை. இது சாதாரண மனிதர்களிடம் இராது. எல்லா மனிதர்களிடமும் இவ்விதக் கருணை இருக்குமாயின் உலகத்துக்குக் கேடே விளையுமென்று சிலர் சொல்வார்கள். ஆனால், இவர்கள் சொல்வது வெறுங்கதை. கோடி ஜனங்களில் ஒரு மகாத்மாவுக்குக் கூட இல்லாத இப்பெருங்குணம் உலகமெங்கும் பரவின், அதிகக்கெடுதியுண்டாய் விடுமென்று இவர்கள் அஞ்சுவது அநாவசியமாயிருக்கின்றது. தவிரவும், அந்தக் கருத்தே பிழைபட்டது. தெய்விகக் கருணை யுடைமையினால் உடையோனுக்கே சில தீங்குகள் விளையுமல்லாது உலகத்துக்கு நன்மைதான் உண்டாகும்.

அம்மகானோ தீமையைக் கருதாதோன். எனவே, கேடொன்றுமிலது. நான் இவ் விஷயமாக என் நண்பரொருவரிடம் பேசிக் கொண்டிருந்தபோது அவர் என்னிடம் "இதென்ன, அசம்பாவிதமாயிருக்கின்றது. என் வீட்டைத் தீயைக்கொளுத்தும்போது நான் அவனைத் தண்டனை புரியாமல் நன்மை செய்துவருவேனேயானால் அவன் இன்னும் பத்துவீட்டில் தீபோற்சவம் செய்து பார்ப்பானல்லவா?" என்று பலபல திருஷ்டாந்தங்கள் கூறி நகைத்தனர். அவர்க்கும் அவர் போன்றோர்க்கும் நான் சொல்கிறேன். இப்பெருங் குணம் நும்போன்றவர்களுக் கேற்பட்டதன்று. இது சொல்லிவரக் கூடியதன்று. இயற்கையாக வரவேண்டியது. புஷ்பத்தில் தேனும், சூரியனில் பிரகாசமும், குயில் வாயில் செவியுருக்கும் இசையும் எவ்வாறு இயற்கையாக அமைந்திருக்கின்றதோ அதுபோலவே மகான்கள் சிலரிடம் கருணைக் குணம் இயல்பிலே அமைந்துளது.

ஸ்ரீபுத்தர் ஸ்ரீகிறிஸ்தர் முதலிய புண்ணிய புருஷர்க ளெல்லாம் இப்பெருங்குணம் வாய்ந்தோர்கள். அவர்களுக்கு ஒருவர் சொல்லிக் கொடுத்து வந்ததன்று. அவர்களின் தெய்விகக் கருணையைப் பார்த்துவிட்டு அக்காலத்து ஜனங்கள் இவர்கள் மனிதர்களல்லர், தெய்வங்களென்றே கருதினர். இக்காலத்திலும் எத்தனையோ ஜனங்கள் அவ்வாறே நினைக்கிறார்கள். ஆம், இவர்கள் தெய்விக இயற்கையுடையோர் என்பதில் என்ன ஆக்ஷேபமிருக்கின்றது? கடவுள் ஒருவன் இருப்பானேயாயின், அவன் இம்மகான்களுடைய தன்மை கொண்டே யிருத்தல் வேண்டும். கிறிஸ்துவுக்கு முள்முடி தரித்துச் சிலுவையிலேற்றி அங்கந்தோறும் ஆணியறைந்து, மேலெல்லாங் காறியுமிழும்போது, அவர் "எனது பிதாவே! இவர்கள் அறியாது செய்கின்றார்கள் இவர்களை மன்னித்தருளும்" என்று சொல்லிவிட்டு இறந்து போயினர். ஸ்ரீ புத்தநாதருடைய கருணை கடலுக்கே யொப்பாகும். "உன்னைத் தீண்டும் அரவையும் கொல்லாதே" என்பது இம்மகான் வாக்கியம்.

உலகத்திலே இருக்கும் துன்பங்களை யெல்லாம் பார்த்துவிட்டுச் "சிச்சீ! நான் அரசாளுவேனோ? நான் சிங்காதனத்திலிருப்பேனோ? அதிசுந்தரமுள்ள மாதர்கள் கவரிவீசத் திலோத்தமைகள் போன்ற நாட்டியக் கணிகையர் நடனம் புரிவதை நான் பார்த்துக்கொண்டிருக்கும் போது, தெருவிலே சாக்கடை யோரத்தில் குஷ்ட நோய் கொண்ட ஒருவன் சோறின்றி மூச்சு வாங்குவதை நான் சகிப்பேனா?" என்று புத்தப் பெருமான் யோசனை புரிந்தார். தனது ஆசைக் காதலியையும், சிறு குழந்தையையும், செல்வத்தையும், சிறப்பையும், அரண்மனையையும், பூஞ்சோலையையும் விட்டு விட்டுப் புலியைக் கண்டோடும் மான்போல ஓடி வந்துவிட்டார். இவ்வுலகத்தில் இத்தனை தீமை யிருக்கின்றதே. இத்தனைக்கு நிவாரணமென்ன என்று புத்தர் மனதினுள்ளே ஆராய்ந்தார். பிராமண ஞானிகளிடம் போய்க் கேட்டார். அவர்கள் "நூறே நூறு வெள்ளாடுகளைக் கத்தி யில்லாமல் கொன்று பாகம் (சமையல்) செய்து வபையை யெடுத்து அக்னியிலே ஆஹுதி பண்ணி நாமும் கொஞ்சம் சாப்பிட்டு விடுவோமாயின் இந்திரலோகத்துக்குப் போய்விடுவோம். பிறகு பூலோகத் துன்பமின்றி யிருக்கலாம்" என்றார்கள். "இந்திர லோகத்திலே நாம் போனால் சர்வ ஜனங்களுக்கும் துக்கம் நீங்கிவிடச் செய்யலாமா?" என்றார் புத்தர். "சர்வ ஜனங்களோ! அவர்களெல்லாம் பாவத்துக்குத் தக்கபடி நரகாதிகளிலே அனுபவிப்பார்கள். ஜகத்திலேயும் துன்பப்படுவார்கள். யாகம் புரிந்த நாம் சுவர்க்கத்திலே, அமிருத பானம் புரிந்துவிட்டு, நரை, திரை, மூப்பு, மரணம் என்பன யாவுமின்றித் தேவ கன்னிகைகள் சகிதமாக எப்போதும் இளமை நீங்காது ரமிக்கலாம்" என்றனர்

பார்ப்பனக் குருக்கள். 'சிச்சீ! நாம் மாதர்களையும், நடனத்தையும், இளமையையும் சுகத்தையும் இகழ்ந்து தள்ளிவிட்டு உலகமனைத்தும் இன்பம் கொண்டிருக்கும் வழி யென்ன வென்று கேட்க, அதற்கு விடை சொல்லாமல் இவர்கள் ஏதேதோ கூறுகின்றார்கள். நாம் தேடி வந்த சரக்கு இந்தக் கடையிலே அகப்படாதென்று எண்ணி அங்கிருந்து புறப்பட்டு விட்டனர்.

புத்தநாதர் பிறகு எங்கெங்கெல்லாமோ சுற்றி அயர்ந்துபோய் கயா க்ஷேத்திரத்தருகேயுள்ள ஓர் வனத்தில் போதி விருக்ஷத்தருகே போய்க் களைத்து உட்கார்ந்தார். திடீரென ஓர் யோசனை தோன்றிற்று. இரகசியத்தைக் கண்டு விட்டார்; மோக்ஷோபாயம் அவருக்குத் தெரிந்துவிட்டது. ஆனந்தஸாகரத்தி லமிழ்ந்து விட்டார். அஃது என்ன உபாயம்? அவருக்கு எந்த ஞானம் உண்டாயிற்று? அரசு நிலைமையைத் தூவென்று துப்பி வந்து பிச்சைக்காரராகத் திரிந்த கௌதம சாக்கியர் எவ்வாறு புத்தராய் விட்டார்? அத்தனை உயர்ந்த தெய்வ ரகசியம் அவருக்கென்ன புலப்பட்டு விட்டது?

பூலோகத்திலுள்ள மானிடர் அனைவரும் துயர நீங்கியிருப்பதற்கு வழி கருணை என்று அவர் அறிந்துவிட்டார்: Love, Universal Love "காதல்", "கருணை", "ஸார்விகக்கருணை", "தெய்விகக்கருணை". இஃதே மானிடர் உடலையும், மனத்தையும், அறிவையும், ஆன்மாவையும் பற்றிய நோய்களுக்கெல்லாம் மருந்தென்று புத்தர் கண்டார். நண்பர்களே, இத்தெய்விகக்கருணையின் பெருமை என்னால் அளவிட்டுரைக்க முடியாது. அதைப்பற்றி விவாதம் செய்யாதே; பேசாதே; நகையாதே; செய்துபார். அதன் இயற்கை தெரியும்.

உனக்குத் தீயன செய்து வருவோனுக்கு நீ நல்லன செய்து வா. நீ உடனே மகானாகி விடுகின்றாய், உடனே தெய்வமாகி விடுகின்றாய், என்னால் வருணிக்க முடியாததும் எனது வணக்கத்திற்குரியதுமான பொருளாய் விடுகின்றாய்.

~~

- சுதேசமித்திரன், 29.4.1905, 1.5.1905, 2.5.1905, ப. 3.

2

The Extract of a Lecture

by

C. SUBRAMANIA BHARATI

at the Presidency College Tamil Sangam

பட்டினத்துப்பிள்ளையின் சரித்திரம்

வெண்காட்டு ஞானியார் அவதரித்த காலம் இன்றைக்கு 1500 வருடங்களின் முன்னெனப. இங்ஙனம், இவரது கால வரையறை புரிந்ததற்குப் பின்வரும் சுற்று வளைவுக் காரணம் தொழுவூர் வேலாயுத முதலியாராற் கூறப்படுகின்றது. என்னை? கம்பர் இற்றைக்கு 1021 வருடங்களுக்கு முன் கவியரங்கேற்றியதாக யாமறிவோம். “எண்ணிய சகாத்த மெண்ணூற்றேழின் மேற் கம்பநாடன் கண்ணிய அரங்க முன்னே கவியரங் கேற்றினானே” என்று கூறப்படுதலான். இனி, கம்பர் சேக்கிழாரைத் தமது “திருக்கை வழக்க நூலிற்” புகழ்ந்திருக்கின்றார். எனவே, சேக்கிழார் காலம், கம்பர் காலத்துக்குப் பலவாண்டுகளான் முற்பட்டிருக்கின்றது. சேக்கிழார் செய்த பெரிய புராணம் பன்னிரண்டாந் திருமுறையெனத் துதிக்கப்பட்டு வருகின்றது.

பட்டினத்துப் பிள்ளையார் இயற்றியனவாகக் கூறப்படும், கோயினான் மணிமாலை முதலிய பிரபந்தங்கள் 11–ம் திருமுறையுள்ளே நம்பியாண்டார் நம்பியாற் சேர்க்கப் பட்டிருக்கின்றன. எனவே,

பட்டினத்தடிகள் நம்பியாண்டார்க்கு முற்காலத்தினராதல் பெற்றாம். நம்பியார் சேக்கிழார்க்கு முற்காலத்தவர். எனவே, கம்பரிலிருந்து சேக்கிழார்க்கும், சேக்கிழாரிலிருந்து நம்பியாண்டார்க்கும், நம்பியாண்டாரிலிருந்து பட்டினத்தடி களுக்குமாக, ஒருவிதத்தே கணக்கிட்டுப் பார்த்து 500 வருஷங்கள் சென்றிருக்க வேண்டுமென்று வைத்துக் கொள்வோம். அதன்மேல், பட்டினத்துப் பிள்ளையின் காலம் 1500 வருஷத்திற்கு முன்னென்பது தெளிவாகி விட்டதன்றோ? எனத் தொழூவூர் முதலியார் வி....கின்றனர்.

ஆங்கிலேயர் நம்மவர்க்குச் சரித்திர மெழுதுவதிலும், பண்டை நூலாசிரியர், மன்னர், ஞானியர் முதலிய பெருமக்களின் காலம், செய்கை முதலியவற்றை நிர்ணயித்தலிலும் ஆற்றல் போதாதென்கின்றார்கள். அக் கொள்கைக்கு நிதரிசனம் வேண்டுவோர் முதலியாரின் ஆராய்ச்சி வகையை வந்து காணுதலாமென்று சிலர் கருதக்கூடும். நாம் அங்ஙனமொன்றும் கூறகில்லேம். வேறெவ்வகையானும் பட்டினத்தார் கால நிச்சயம் செய்யும் வன்மையுமில்லேம். பட்டினத்தார் வாழ்க்கையாலும், அவரது பாடல்களானும் நாம் அறிந்து கொள்ளத்தக்க பேருண்மை யாதென ஆராய்வான் புக்க எமக்கு அவரது கால நிச்சயம் அத்தனை அவசியமுமின்று. மேலும், நம்பியாண்டார் பதினொராந் திருமுறையிற் றொகுத்திருக்கும் நூல்களானன்று, பட்டினத்தார் தமிழ் நாட்டாரின் அன்பிற்கும், பெருமதிப்புக்கும் இடனாயிருத்தல் – அவரது தனித் திருப்பாடல்களானும், அவரது வாழ்க்கைப் பெருமையானுமேயாகும். பெரும்பாலும் தனிப்பாடல்களினுள்ளே காணப்படும் கருத்துக்களே ஏனைப் பெருநூல்களினும் காணப்படுமாயினும் பாடல்களிலிருக்கும் உரைவன்மை பிறவற்றினில்லை. தனிப் பாடல்களுள்ளே பிற்காலத்திற் செருகப்பட்டனவும், பட்டினத்தார் மனம் ஞானப் பித்தம் வரம்பு மீறி இருப்புழிப் பாடப்பட்டனவுமாகிய சிலவற்றை யொழித்து விட்டு, மற்றவற்றையேனும் நம்பியாண்டார் தமது திருமுறையிற் சேர்த்திராதவாறு புலப்படவில்லை. இனி, அக்காலத்துப் பட்டினத்தாரின் பொதுப்பாடல்கள் வழக்கத்திருந்தன வென்பதற்கு யாதொரு சான்றும் காணப்பட்டிலது. இனி, அவர் காவிரிப்பூம் பட்டினத்திருந்தனரென்று கேட்கின்றோம். இதனின்று, அவரது கால நிர்ணயம் செய்யப்புகுவார் பலர். சிலப்பதிகாரத்துக் கதை நடந்த மற்றைநாட் காவிரிப்பட்டினம் அழிந்திருக்குமாயின், பட்டினத்தடிகள் உறுதியாக இத்தனை வருஷத்து முற்பட்டவர் தானென்று வரையறுத்துக் கூறுதல்

சாலும். காவிரிப் பட்டினத்தின் அழிவைப் பற்றி யாதொன்றும் தெரிந்திலது. எனவே, இத்தனை வருஷங்களுக்கு முன்னர்தான், பட்டினத்தாரிருந்தனரென்று கூறுதல் பொருந்தவில்லை. எனினும், அவரது நடைமுறை நோக்கியும், அவரது செய்யுட்க ளொன்றில் "குலாமர்" என்ற உருது பாஷைச்சொல் ஒன்று வந்திருப்பதாலும், அவர் தென்னாட்டில் உருது (ஹிந்துஸ்தானி) பாஷை வழக்கமான பின்பு தோன்றியிருத்தல் வேண்டுமெனச் சிலர் கூறுவர்.

(குலாம் என்ற சொல் அடிமை என்ற பொருள்பட்டு இழிதகையுடையோரைச் சுட்டுவதாகும்.) இது நிற்க. நமது ஞானியார் சரித்திரத்துட் புகுவாம்.

~

சோழ மண்டலத்தின் கீழ்க்கரையில் பண்டு நெடுங்காலம் சோழ மன்னர்களின் இராஜதானியாக விளங்கிய காவிரிப்பூம்பட்டினம் காவிரியாற்றின் முகத்துவாரத்தின் கண்ணே விளங்கிற்று. பண்டைத் தமிழர்களின் கடல் வாணிகத் தலங்களுக்குள்ளே முற்பட்ட இப்பெரு நகரம் செல்வத்தினும் சிறப்பினும் நிகரிலதாக இருந்திருத்தல் வேண்டுமென்பது கூறாமே போதரும். சிலப்பதிகாரத்து இளங்கோவடிகளால் வருணிக்கப்பட்டதாகிய இப்பெரு நகரத்தை ஈண்டு எம் போன்றார் அணியத் தொடங்குவது கிள்ளை கூறிய சொற்களைக் காக்கை உடன் சொல்ல முயல்வதனை யொக்கும். எனினும் நுமது மனத்தின்கண் அந்நகரின் பெருஞ் செல்வத்தைப் பற்றி ஆழ்ந்த கருத்து விளைக்க விரும்புகின்றேன். அச் செல்வ மிகுதியை மறவாதிருப்போமாயின், நம் பிள்ளையின் மன மாறுதல்களை நாம் உணர்வதற்கு அஃது பெருந் துணையாகும். இந் நகரத்தில் மற்றைச் சாதியார்களைக் காட்டிலும், பெரும்பாலும் கடலோடித் திரவியங் கொணரும் வணிகர்களே அளவிறந்த நிதியுடையோ ராயிருந்தனர். அவருக்குள்ளே சிவநேசச் செட்டி என்ற செல்வனொருவ னிருந்தான். இவனே பட்டினத்துப் பிள்ளையின் தந்தையாவான். இச் செட்டி மரபு மாமிச போஜனம் செய்யும் "பேரி" செட்டிகளென்போர்களைச் சேர்ந்ததா அல்லது மாமிசமுண்ணாத வேளாண் செட்டிகளைச் சேர்ந்ததா? என்பதைப் பற்றி அவ்விரு வகுப்புச் செட்டிகளுக்குள்ளும் விவாதங்கள் நடைபெற்று வருகின்றன. பட்டினத்தாரின் குடும்பத்தினர் செட்டி, பிள்ளை என்ற இரு பெயரானும் வழங்கப்படுதலின் அக் குடும்பத்தோர் வேளாண் செட்டியராகவே இருத்தல் வேண்டுமெனச் சிலர் ஊகிக்கின்றார்கள்.

கொன்றேன னேகமுயிரை யெல்லாம்
　　பின்பு கொன்று கொன்று
தின்றேன தன்றியும் தீங்கு
　　செய்தேனது தீர்கவென்றே
நின்றே னின்சன்னதிக்கே யதனாற்
　　குற்றநீ பொறுப்பா
யென்றே யுனை நம்பினே
　　னிறைவா கச்சி யேகம்பனே

என்ற செய்யுளை நோக்குமிடத்து வெண்காட்டுச்செட்டி மாமிச பக்ஷணம் செய்யும் குலத்திலேயே பிறந்திருத்தல் வேண்டுமென்பது உறுதியாகப் புலப்படுகின்றதென யாம் கருதுகின்றோம். அஃதெவ்வாறாயினு மாகுக.

சிவநேசச்செட்டியின் குமாரர் அடுத்திருக்கும் திருவெண்காட்டுக் கடவுளின் பெயரால், வெண்காடரென்றழைக்கப்பட்டார். வெண்காடச் செட்டி பிறந்த நாள் முதல் தந்தைக்குச் செல்வம் மேன்மேலும் பொங்கத் தொடங்கி விட்டது. சிவநேசச் செட்டியின் வீட்டில் குபேரன் வந்து அவதரித்திருக்கிறானென ஊரார் சொல்லிக் கொள்ளத் தொடங்கினர்.

வெண்காடச் செட்டி தந்தைக்கு வயது காலத்துக் குழந்தையாதலாலும் ஒரே மகனாதலாலும் மிகவும் அருமையாக வளர்க்கப்பட்டான். அருமை வளர்ப்பென்றால் சொல்ல வேண்டுவதில்லை. வெண்காடன் விரும்பியதற்கு மாறே கிடையாதென்றாகி விட்டது.

தந்தை மரணம்

இங்ஙனமிருக்க, வெண்காடனுக்கு ஐந்து பிராயமாகு முன்னமே தந்தையுமிறந்து போய்விட்டான். வேறென்ன வேண்டும்? வெண்காடனுக்கு அருமை ஏறத் தொடங்கிவிட்டது. அவன் இட்டதுதான் சட்டம். அவனை முகஸ்துதி செய்வதற்கு எத்தனையோ வேலையாட்களும் தாதிகளுமிருந்தனர். அவனுடனொரே வயதாகிய குழந்தைகளெல்லாம் அவனுக்குக் கீழ்ப்பட்ட மிருகங்கள் போல நடந்து கொண்டன. விரித்துக் கூறி யென்ன பயன்? வெண்காட்டுப் பிள்ளை ஓர் ஜமீன்தார் குழந்தை போல வளர்ந்தான். ஆயினுமென்ன? சேற்றிலே தாமரை யுதிக்கவில்லையா? சேற்றின் கெட்ட நாற்றத்தினால் தாமரைக்கமழ் குறைந்தா போகின்றது? அதுபோலச் சூழல்கள் எத்தனை இழிவுடையனவா யிருப்பினும், அதனால் வெண்காடனுக்கு இயற்கையில் வாய்ந்திருந்த ஒளி சிறிதேனும் குன்றிலது.

இளமையிலே இவனுக்குக் கவிதைக் காதல் பிறந்துவிட்டது. இவர்க்கு, அக் காலத்து முறைமைப்படி கல்வி யளிக்கப்பட்டதில், செய்யுட்களினழகில் தீரா மோகமுண்டாயிற்று. செல்வத்துச் செருக்கியிருந்த காவிரிப்பட்டினத்தில் கவிஞர்களும் பலரிருந்தனர். அவர்களின் பழக்கம் வெண்காடனுக்கு மிகுதியாய் விட்டது. இங்ஙனம், சிலநாட் செல்ல இளமைப் பருவந் தோன்றிவிட்டது. சகோதரர்களே, வெண்காடனது இளமைக் காலந்தொட்டு ஞானியாக வெளியேறிச் சென்ற காலம் வரை இடைப்பட்ட நாட்கள் பெரிதும் புகழத்தக்கவாறு கழிக்கப்படவில்லை. இதனை எத்துணைச் சுருக்க முடியுமோ அத்துணைச் சுருக்க வேண்டிய முயற்சி செய்திருக்கின்றேன்.

இங்கிலந்தில் "பைரன்" என்ற கவிஞர் கோமான், செல்வர் மரபிற் பிறந்து, இளம் பிராயத்தே தந்தையை இழந்து, செய்யுட் காதலுடையனாகித் திரிந்தனன். அவனது இளமை நாட்கள் எவ்வாறு செலவிடப்பட்டன? ஆனால், பைரனுக்கும், வெண்காடனுக்கும் ஓர் வேற்றுமை யுளது. அவன் செல்வர் குடும்பத்துத் தோன்றினன்.

2

நமது வெண்காட்டுப் புலவர் பெருமானது உண்மைநிலை யுணராது அவர்மாட்டுப் பொய் பத்தி செலுத்துவோர் சிலர் அவர் இளமையிற் காமாதுரராக வாழ்ந்தன ரென்பதை மறுத்துப் பேசுவர்.

1. நற்றோகையரைப் பன்ன...
   இப்பாவி நெஞ்சற்கு ... வைத்தாய்?

2. முட்டற்ற ... ...முகமினுக்கி
   மெட்டிட்டு ... ...விளக்கியிட்டு
   பட்டப் பகலில்... ...பாவையர்மீ
   திட்டத்தை நீ... ...யேகம்பனே

இவற்றுள்ளே "முட்டற்ற" என்னும் செய்யுளில் தமக்கு வேசையர் மீதிருந்த மையலை நன்கு விளக்கியிருக்கின்றார்.

இதற்கு மேலும் அவர் இக் கவிகள் தமது சொந்த நடையைக் கருதித்தானோ கூறினாரென்று ஐயுறுவோர் பின்வரும் செய்யுள் கண்டு தெளிக.

அழலுக்குள் வெண்ணெ யெனவே யுருகிப்பொன் னம்பலத்தார்
நிழலுக்கு ணின்று தபமுஞற் றாமனிட் டூரமின்னார்
குழலுக் கிசைந்த வகைமாலை கொண்டுகுற் றேவல்செய்து
விழலுக்கு முத்துலை யிட்டிறைத் தேனென் விதிவசமே.

இம்மட்டா?

"சற்றாகினுந் தன்னைத் தானறியாய்" என்று தொடங்கிய செய்யுளொன்று "பரத்தையர் பாலிற் சென்றென் பெற்றாய் மடநெஞ்சமே யுன்போலில்லை பித்தனுமே" என முடிந்திருக்கின்றது.

இனி "பெண்ணாகிவந்து", "சீறும்வினையது", "நாறுங்குருதி" என்ற தொடக்கங்களை யுடைய பாக்களில் தம்மைத்தாமே சினமிகுதியாற் கண்டனை செய்து கொள்ளும் வெறுத்தற்குரிய செய்யுட்களை நுமக்கெடுத்துக் கூற, எமது நாக்கூசுகின்றது.

இவையெல்லாமிருக்க, அவர் இளமைப் பிராயத்தில் ஏகபத்னி விரதராக இல்லறம் பிறழாது நடத்தினரென்று மூடபக்தியாற் கூறுவோர் "பட்டப்பகலை யிரவென்று கூறிடும் பாதகரே" யன்றி வேறாகார்.

அன்றியும் இளமையில் வரம்பின் மிஞ்சிய காமாதுரராக இருந்தமைதான் பட்டினத்தடிகள் பிற்காலத்து வரம்பு கடந்த துறவியாதற்கு முக்கிய காரணமென்பதைப் பூர்வ பக்ஷிகள் மறந்து விடுகின்றனர்.

பட்டினத்துப் பிள்ளை துறவுக்குத் தலைமைக் காரணம் யாதோவெனில், உலகவின்பங்கள் அளவு மிகுதியானும் ஒரே தன்மை யுடைமையானும் அவர்க்குக் கைப்புண்டாக்கி விட்டன.

தேவாமுதமுண்டு களித்திருக்கப் பிறந்தவனுக்குத் தினந்தினம் ஒரே மாதிரியான பாயசம் கொடுக்கப்படுமாயின், அவனுக்கு அப் பாயசம் விடமாகவன்றோ தோன்றும்?

ஞானவின்ப நுகர்ந்து களித்திருக்க வேண்டுமென்னும் இயற்கையுடையாராகிய வெண்காட்டுச் செட்டியாருக்கு மாறி மாறி ஒரே தன்மை யுடையனவாகிச் சாதாரண மனிதர்களுக்குக் களிப்புத் தரும் உலகவின்பங்கள் வெறுப்பையே விளைத்தன. அக் காலத்திற் செல்வத்தாலும், பதவியாலும் நுகர்தற்குரிய வின்பங்களனைத்தும் அவர்க்குப் புதுமையின்றிப் பழம்பொருள்களாய் விட்டன.

உண்டதே யுண்டு முடுத்தலே யுடுத்து
மடுத்தடுத் துரைத்ததே யுரைத்தும்
கண்டதே கண்டுங் கேட்டதே கேட்டுங்
கழிந்தன கடவுநா ளெல்லாம்
விண்டதா மரைமே லன்னம்வீற் றிருக்கும்
விழவறா வீதிவெண் காடா
அண்டர்நா யகனே யம்பலத் தாடு
மையனே யுய்யுமா றருளே

என முறையிடுகின்றார்.

தன்னை யாக்கியோன் அமைத்த தொழில்களையே மீட்டு மீட்டும் சோம்பரின்றிச் செய்து அதில் மன[ங்] களைப்படையாதிருக்கும் இயந்திரமா வெண்காட்டுச் செட்டி? அன்றி அவ்வியந்திரங்கள் போலப் புதுமை நயவாது ஓர் முறைப்படியே சலிப்பின்றிச் சலிக்கும் மானிடரி லொருவரா வெண்காட்டுச் செட்டி? அவர் கவிஞர் அவர் ஞானி யல்லரோ? உலகச் சக்கரத்தைச் செப்பனிடும் பொருட்டு இடையிடையே சில புது உண்மைகள் கொண்டு அவதரிக்கும் குருமணிகளி லொருவரல்லரோ?

நிற்க; காமனம்பிற்கிலக்காகிப் பலவாறு பொருளை வாரியிறைத்துக் கொண்டிருந்த செட்டியாருக்குத் தாயின் வற்புறுத்தலின் பேரில் விவாகம் நடந்தது.

சிதம்பரச் செட்டியார் என்பவரின் மகள் அடிகளுக்கு மணஞ் செய்யப்பட்டனள். அம் மாதின் பெயர் சிவகலை யென்ப.

மனைவியுடனிருந்து வெண்காடச் செட்டியார் நடாத்திய இல்வாழ்க்கை அவருக்குச் சிறிதேனும் மனச் சுகமளித்திலது. சிவகலைக்குப் பிள்ளைப்பேறும் வாய்க்கவில்லை. அன்றி இவரது குடும்பவின்பத்திற்கு வேறுபல குறைவுகளும் நேர்ந்திருக்க வேண்டுமென ஊஹிக்க இடமிருக்கின்றது. இவரது காமாதுர நடைகளே பெரும்பாலும் இவ்வின்பத்திற்குக் கோடரியாக இருந்திருக்கும். காமாதுரனுக்கு இல்ல மாதர் மீது விளையும் ஐயங்களோ அளப்பிலவாகும். இதனைப் பெருகக் கூறுதல் எவ்விதப் பயனுமிலதாகும்.

நமது தேசத்தாருக்குள்ளே பிள்ளையில்லாக் குறை பெருங்குறையாக எந்நாளும் கருதப்பட்டு வந்ததாதலின் வெண்காடர் தமது செல்வத்திற்கும், சிறப்பிற்குமோர் சந்ததி யில்லாது போயினமை பற்றிப் பெருந்துயர் கொண்டிருந்தார். நெடுநாளான பிறகு இவர்க்குத் திருவிடை மருதூர்ப் பார்ப்பா னொருவன் ஓர் குழந்தை கொண்டுவந்து விலைக்குக் கொடுத்தான்.

இதனிடையே பட்டினத்தார் நெஞ்சத்தில் உலக வெறுப்புடன் ஒப்பற்ற தெய்வ பக்தியும் உடன் வளர்வதாயிற்று.

சைவசித்தாந்த சாஸ்திரங்களில் இவர் பழக்கம் மிகுதிப் பட்டு வளர்தலுற்றது. "ஜன்மாந்தரத்துத் தீச்செயல்களின் தண்டனையே இவ் வுடலம். இவ்வுடற் சுகங்கள் இகத்திலேயே வெறுக்கத்தக்கனவும், கேவலமானவையு மாதலன்றிப் பரத்திலும் பெருந்துன்பந்தரக் கூடியன. இவையே மேன்மேலும் பிறப்புகளுக்கு

வித்துகளாம். உலகத்துச் சுகம், துக்கம், நன்மை, தீமை, விருப்பு, வெறுப்பு என்ற அனைத்தையு மொருங்கே தொலைத்து கடவுளடிக்கே ஆளாகி இருந்தவனே பிறப்புத் துன்ப நீங்கப் பெறுவான்" என்ற கொள்கைகள் இவர் மனதிலே வேரூன்றி, பரிதியின் கிரணத்தினின்றும் ஒளி பிரிக்கப்படாவாறு போல இவர் மனத்திற்கு இயற்கையாய் விட்டன.

இன்னும் வரும்*

~~

- *இந்தியா*, 10.11.1906, பக். 10–11; 17.11.1906, ப. 10.
- சொற்பொழிவு நிகழ்ந்த நாள்கள்: 3.5.1905, 9.5.1905.
- '*இந்தியா*' இதழில் தலைப்பையடுத்து "ஸ்ரீ C. சுப்பிரமணிய பாரதி சென்னை பிரஸிடென்ஸி காலேஜ் தமிழ்ச் சங்கத்திலே செய்த பிரசங்கத்தின் சுருக்கம்" என்னும் குறிப்பு காணப்படுகிறது.

* 'இன்னும் வரும்' எனக் குறிப்பிடப்பட்டிருப்பினும் தொடர்ச்சி வெளிவந்ததாகத் தெரியவில்லை.

3

[திருவள்ளுவரின் பெருமை
தலைமை உரை]

இராஜதானிக் கலாசாலை
மாணவர் தமிழ்ச்சங்கம்

நிகழும் 1905–ம் வருஷம் ஆகஸ்டு மாதம் 23–ந் தேதி புதன்கிழமை யன்று மேற்சொல்லப் பெற்றுள சங்கம், இராஜதானிக் கலாசாலையில் மாலை 4.40க்கு மிஸ்டர் C. சுப்பிரமணிய பாரதியார் அக்கிராசனாதிபத்தியத்தின்கீழ் சந்திக்கப்பெற்றது. கடவுள் வாழ்த்துப் பாடப்பெற்றதின் பின்னர்க் காரியதரிசி போன சந்திப்பில் நடந்த விஷயங்களைப் பற்றி எழுதி வாசித்தார். பின் மிஸ்டர் G. குருசாமி ஐயர் "திருவள்ளுவரின் பெருமை" என்னும் விஷயத்தைப் பற்றி வியாசம் வரைந்து வாசித்தார். பின்னர் அக்கிராசனாதிபதி கூறியதாவது:– "வியாசம் எழுதிப் படித்தவர் நுண்மையான கருத்துக்களை எடுத்தாண்டிருந்தபோதிலும் பிறர் எளிதிலறியக்கூடிய பாஷையில் அக்கருத்துக்களை அமைத்தாரில்லை. கருத்துக்களும் சிரமமாயிருந்து, பாஷையும் சிரமமான நடையில் ஏற்பட்டுவிட்டது. நமது தமிழ்ப் பாஷையோ வரவர க்ஷீணதசையடைந்து வருகிறதென்றே சொல்லலாம். கற்றுணர்ந்தோரெனக் கூறப்படுகிறவர்கள் இரண்டாயிரம் வருடங்களுக்கு முன்னிருந்த கருத்துக்களையே பொருளறியாது காதடைக்கப் பாடிக்கொண்டு திரிகிறார்களே யொழிய, காலத்திற்கேற்ற புதுநூற்களொன்றையும்

புனைந்தாரில்லை. அத்தமிழை அபிவிருத்தி செய்யவேண்டிய மார்க்கங்களில் செல்லுகிறார்களுமில்லை. பிறர் மயங்க வேண்டுமென்ற எண்ணத்துடன் யமகம், திரிபு, சிலேடை, நிரோட்டகம் முதலிய போன்றவற்றைப் புலவர்கள் பாட முயலுகிறார்கள். ஆகையால் தமிழைப் பலர் கற்கமுடியாது போய்விடுகிறது. சாதாரணக் கருத்துக்களையெல்லாம் இங்கிலீஷ் வார்த்தைகள் மூலமாய் அறியவேண்டியிருக்கிறது. இன்று வியாஸனிடமிருந்து சில இங்கிலீஷ் வார்த்தைகளுக்குச் சரியான தமிழ்ப் பதங்களறிந்துகொண்டோம். உதாரணமாக *(The Five Arts)* ஐங்கலைகள், கலைச்சுவை *(Artistic taste)* முதலியன.

இனி வள்ளுவரைப் பற்றிப் பேசுவோம். கார்லைலாசிரியர் *(Carlyle)* கவிஞரை கதாவீரர் *(Heroes)*களின் தொகுதியில் சேர்த்திருக்கிறார். நமது திருவள்ளுவரும் பெரிய மகானே. திருக்குறளில் அநேக பாகங்களில் கவித்திறன் நிரம்பப்பெற்றுள்ளது. ஆனால் திருவள்ளுவர் மஹாகவியா என்று ஆலோசிக்குங்கால், இல்லையென்றே கூறவேண்டியிருக்கிறது. வால்மீகி, காளிதாசர், கம்பர், இளங்கோவடிகள், ஷேக்ஸ்பியர், ஷெல்லி, மில்டன், டாண்டி, ஹோமர் இவர்களைப் போல் திருவள்ளுவர் பெரிய கவிஞரில்லை. ரத்தினங்கள் பொன்னிலேயே புதைக்கப்படுதல் தகுதியாமாறுபோல மஹாகவிக்குரிய பெருங்கருத்துக்கள் நாட[க]ங்களிலும் பெருங்காப்பியங்களிலுமே புதைந்திருக்கக் காண்கிறோம். திருக்குறள் இத்தகைத்தன்று. திருக்குறளிற் பெரும்பகுதி நீதி சூத்திரங்களென்றே சொல்லலாம்.

நம்மிடத்து இரண்டு குற்றங்களிருக்கின்றன. என்னவெனில் மகான்களை அதிகமாகக் கொண்டாடுவதும், கொண்டாடாமலே யிருக்கிறதும். மேல்நாட்டார்கள் ஷேக்ஸ்பியர் திருநாளென்றும், மில்டன் திருநாளென்றும் கொண்டாடுவது போல நாம் கம்பர் நாளென்றும், காளிதாஸர் நாளென்றும் கொண்டாடுகிறோமா? மேல் நாட்டில் ஓரூரில் “ஷெல்லியின் பெருமை”யைப் பற்றி ஒரு வியாஸம் நடக்கப்போகிறதென்றால், நூற்றுக்கணக்கான ஜனங்கள் தானே வருவார்கள். “திருவள்ளுவரின் பெருமை” என்ற இவ்வரிய பெரிய விஷயத்தை யாராய, நமது சங்கத்தில் எத்தனை குறைந்த தொகையான ஜனங்கள் வந்திருக்கின்றனர் பார்த்தீர்களா? மகான்களைக் கொண்டாடுவதென்றாலோ அளவே கிடையாது. அவர்களுக்கு ஏலாத குணங்களை யெல்லாம் கற்பிக்கப் புகுந்து விடுகிறோம். காளிதாஸனைப் பற்றியும் கம்பனைப் பற்றியுமிருக்கிற பொய்க்கதைகளுக்களவேயில்லை. அவர்களின் உண்மையான வல்லமையை நோக்குவதில்லை. அவர்கள் நூற்களின்

உண்மையான ஸாராம்சத்தை கிரகிப்பதுமில்லை. அவர்களைப் பற்றி நாம் (நன்)கறிந்துகொள்ளுவதுமில்லை. அவர்கள் ...களின் பெருமையைச் சரியாய்த் தெரி(ந்து) கொள்வதுமில்லை.

(ஆ)னால் குறளின் காமத்துப்பாலில் அற்(புத)மான விஷயங்கள் பொதிந்துள. செவிக்(கு இனி)மை பயக்கக்கூடிய இசையுடன்கூடிய ... ங்கள் அப்பாலில் மிகுதியாயுள. மற்றப் ... இசைக்குப் புறம்பாகிய விஷயங்.... ...பெரிதும் பற்றியன.

... (சம)யத்தைப் பற்றி பேசுங்கால் இவ...ஸ்திக மதஸ்தர் *(Pure Theist)* (என்று கூறுதலே) சால்புடைத்தாம் – என்ற விஷயங்களை அக்கிராசனாதிபதி விரித்துரைத்தார். பின்னர் அக்கிராசனாதிபதி யவர்களுக்கும் வியாசம் படித்தோருக்கும் வந்தனமளிக்கப்பட்டது. மிஸ்டர் முத்துசாமி முதலியார் கூறிய மங்கள வாழ்த்துடன் சபை சுமார் 6–35–க்குக் கலைந்தது.

சபைக் காரியதரிசி

~~

• *சுதேசமித்திரன்,* 26.8.1905, ப. 3.

பகுதி 4

பிற

1

சென்னை இராசதானிக் கல்லூரித்
தமிழ் மாணவர் சங்கம்: பதிவுகள்

1

இராஜதானிக் கலாசாலைத்
தமிழ்ச் சங்கம்

சென்ற 24-ந் தேதி வியாழக்கிழமை மாலை 4-15 - மணிக்குச் சங்கவங்கத்தினருள் ஒருவராகிய மிஸ்டர் முத்துசாமிபிள்ளை 'பக்தி' என்ற அரிய விஷயத்தைக் குறித்து மிகச் சிறந்ததும், சுருக்கமானதும், அரிய கருத்துகளுடையதுமான ஒரு வியாசம் வாசித்தார். அக்காலத்தில் மைலாப்பூர் வாசியும் சங்கீத சபைக் காரியதரிசியுமாகிய மிஸ்டர் சண்முகம் முதலியார் அக்கிராசனம் வகித்து ஆரம்பத்திலும் முடிவிலும் மிக்கத் திறமையுடனும் ஆர்வத்துடனும் பிரசங்கமாரி பொழிந்தார்கள். நேரம் ஓடிப்போகிறதேயென்று ஒவ்வொருவரும் விசனித்தார்கள். முதலியாரைப்பற்றி நாம் வெகுவாய்க் கூறவேண்டியதில்லை. அவர் தேக அசௌகரியத்தையும், வயோதிகத்தையும் ஒரு பொருட்படுத்தாது வேண்டுகோளை ஏற்றுக் கொண்டது மெச்சத்தக்கதே யென்னலாம்.

ஓர் அங்கத்தினர்

• சுதேசமித்திரன், 28.3.1905, ப. 3.

~~

2

சென்னை பிரெசிடென்சி காலேஜ் தமிழ்ச் சங்கம்

நிகழும் 1905–ம் வருஷம் ஏப்ரல் மாதம் 12–ந் தேதி வெள்ளிக்கிழமை யன்று மாலை 4–10–க்கு மிஸ்டர் K. நடேசய்யர் எம்.ஏ., எல்.டி. அக்கிராசனாதிபத்தியத்தின்கீழ் மேற்கூறிய சங்கம் கூடப்பெற்றது. அங்கத்தினர் பலரும் ஆங்கு வந்திருந்தனர். சங்கத் தலைவராகிய மகா வித்வான் பிரமஸ்ரீ சாமிநாதய்யரும் அங்கு விஜயமாயிருந்தார். கடவுள் வாழ்த்து முடிந்த பின்னர், சென்ற மீட்டிங்கில் நடந்த விஷயத்தைக் காரியதரிசி சுருக்கமாக எழுதி வாசித்தார். அப்பால் மூன்றாவது கிளாஸ் முத்துசாமி அய்யர் "நற்குணப் பயிற்சியைப்" பற்றி எழுதிய வியாசத்தை வாசித்தனர்.

வியாசத்தின் சுருக்கமாவது:– யாவருக்கும் நற்குணப்பயிற்சி அவசியம். மனிதர் வாழ்நாளை குழந்தைப் பருவம், பள்ளிப்பருவம், இல்வாழ்க்கைப் பருவம் என மூன்று பருவங்களாய்ப் பிரித்துக் கொள்ளலாம். குழந்தைப் பருவத்தில் நற்குணப்பயிற்சி உண்டாகும் விதம் இரண்டுண்டு. அவையாவெனில், சிறந்த போதகாசிரியர்களிடத்தில் கற்கும்படி செய்த தாய்தந்தையர் மற்றும் பல பெரியோர்கள் ஒழுக்கங்களைக் கண்டு குழந்தைகள் தாமே தெரிந்துகொள்ளுதல். குழந்தைகளுக்குக் கற்பிக்கும் ஆசிரியர் கல்வியின் மிகத் தேர்ந்தவராயும், சிறந்த ஒழுக்கங் கொண்டவராயு மிருத்தல்வேண்டும். பள்ளிப்பருவத்திலும் இது அவசியமே. இல்வாழ்க்கைப் பருவத்தில் தத்தம் வருணத்திற்கும் நிலைக்கும் உரிய ஒழுக்கங்களினின்றும் வழுவாது நிற்றல்வேண்டும்.

இவருக்குப்பின் பேசியவர் நால்வர். அவர் ஒவ்வொருவரும் போதகாசிரியர் நிரம்பக் கற்றுணர்ந்து மேம்பட்ட ஒழுக்கத்தைக் கொண்டிருத்தல் அத்தியாவசியமென்று சொல்லினர். அக்கிராசனாதிபதி யவர்கள் சில வார்த்தைகள் சொல்ல வேண்டுமென சங்கத் தலைவரை வேண்ட, அவர் தமக்கு இயற்கையாய் வரும் சொற்சுவை பொருட்சுவை தங்கிய இனிய மொழிகளில் தம் அபிப்பிராயங்களை வெளியிடக் கேட்டு யாவரும் மன மிக மகிழ்ந்தனர்.

அப்பால் மிஸ்டர் நடேச ஐயர் எழுந்திருந்து, தமக்கு தமிழ்ப் பாஷையில் அபிமானமொன்று தவிர விசேஷப் பயிற்சியில்லையென்றும், அவ்வபிமானத்தினால்தான் இம் மாண்புடைய சபையில் அக்கிராசனாதிபதியாய் வீற்றிருக்கும் கவுரவம் கிடைத்ததென்றும் கூறிவிட்டு, பின்னர் யாவரும்

புராதன நூல்களையும் ராமாயண முதலிய பெருமைபொருந்திய நூல்களையும் செவ்வையாய்க் கற்று, அவற்றின் சுவையை நன்குணர்ந்து ஆங்கிலத்தில் *(men of letters series)* என்று இருப்பது போல கிடைத்த நிச்சய ஆதாரங்களைக் கொண்டு ஒவ்வொரு புலவரின் சுவைப்போக்கும் மனிதர் வாழ்க்கையை வர்ணிக்கும் விதம் முதலிய பல விஷயங்களைப் பற்றி ஆங்கிலப்பயிற்சி கொண்டவரனைவரும் எழுதப் புக வேண்டுமென்றும், ஆங்கிலத்தில் எழுதப்பட்டுள்ள சரித்திரம், தத்துவ சாஸ்திரங்களுள் சிறந்தவற்றைத் தமிழிலே மொழிபெயர்த்துத் தமிழ் நடையிலே எழுத வேண்டுமென்றும், இக்காரியங்களை அங்கு கூடியுள்ள அங்கத்தினர் சிலராயினும் செய்யின் தமக்கு அகமகிழ்வு மிகுதியாயுண்டாகுமென்றும், தெரிவித்து பின்னர், எழுதிய வியாசத்தைக் குறித்து அதன் நடை தெளிவாயிருக்கிறதென்றும் ஆனால் உபந்நியசித்தவர் தாம் செய்தபடி விஷயங்களைப் பொதுவாகக் குறிப்பித்து மட்டும் விடாமல், சிறப்பாய்ச் சொல்லப் புகுந்திருந்தால் வெகு சிறப்பாயிருந்திருக்கும் என்றும் கூறி முடித்தனர்.

அதற்குப்பின் ம—ா—ா—ஸ்ரீ, மகாவித்வான் சாமிநாதய்யரவர்கள் எழுந்திருந்து சில வார்த்தைகள் சொன்ன பிறகு திருஞான சம்பந்தர் கடவுள் வாழ்த்துடன் சங்கங் கலைந்தது.

G.G.

• *சுதேசமித்திரன்*, 15.4.1905, ப. 3.

~~

3

[பட்டணத்துபிள்ளையின் வாழ்க்கை யாராய்ச்சி]

சென்னை வர்த்தமானம்

ஓர் உபந்நியாசம்: இன்று மாலை 4½ மணிக்கு சென்னை பிரசிடென்சி காலேஜில் மிஸ்டர் C. சுப்பிரமணிய பாரதி பட்டணத்து பிள்ளையின் வாழ்க்கை யாராய்ச்சி யென ஓர் பிரசங்கம் புரிவார். மிஸ்டர் கோபிநாத் ராவ் M.A. அக்கிராஸனம் வகிப்பார்.

• *சுதேசமித்திரன்*, 3.5.1905, ப. 2.

~~

4

பட்டினத்துப்பிள்ளையின் வாழ்க்கையும் போதனையும்

சென்னை வர்த்தமானம்

பட்டினத்துப்பிள்ளையின் வாழ்க்கையும் போதனையும்: நேற்று மாலை சென்னை பிரெஸிடென்ஸி காலேஜில் மிஸ்டர் C. சுப்பிரமணிய பாரதி பட்டினத்துப் பிள்ளையின் வாழ்க்கையும் உபதேசமும் என ஓர் உபந்நியாசம் புரிந்தார். பூவை அஷ்டாவதானம் ஸ்ரீ கலியாணசுந்திர முதலியார் சபைத்தலைமை வகித்தனர்.

• சுதேசமித்திரன், 10.5.1905, ப. 3.

~~

5

[திருவள்ளுவர் மாண்பு]

சென்னை வர்த்தமானம்

இராஜதானிக் கலாசாலைத் தமிழ்ச்சங்கம்: இம்மாதம் 23ந்தேதி புதன்கிழமை மாலை 5 மணிக்கு மேற்கூறிய சங்கத்தின் மெம்பர்களில் ஒருவராகிய மிஸ்டர் குருசாமி அய்யர் "திருவள்ளுவர் மாண்பு" என்ற விஷயத்தைப் பற்றி ஒரு பிரசங்கம் புரிவர்; அப்போது மிஸ்டர் C. சுப்பிரமணிய பாரதியார் அக்கிராசனம் வகிக்கப் போகின்றார்.

• சுதேசமித்திரன், 21.8.1905, ப. 2.

~~

6

[வருஷ மகோற்சவம்]

சென்னை வர்த்தமானம்

இராஜதானிக் கலாசாலைத் தமிழ் மாணவர் சங்கம்: நிகழும் அக்டோபர் மாசம் 12-ந் தேதி வியாழக்கிழமை மாலை 5¼ – மணிக்கு மேற்படி கலாசாலை "நாடக மண்டபத்தில்" ஷ சங்க வருஷ மஹோற்சவம் நடத்தப்பெறும். அப்போது கூடும்

மகாசபைக்குப் பிரசிடென்ஸி மாஜிஸ்டிரேட் மிஸ்டர் பி. இராஜரத்தின முதலியார் பி.ஏ. அக்கிராசனாதிபத்தியம் வகிக்க அன்புகூர்ந்து இயைந்துள்ளார். தமிழபிமானிகள் யாவரும் விஜயம் செய்து, அம்மகோற்சவத்தைச் சிறப்பிக்குமாறு வேண்டிக் கொள்ளப்படுகிறார்கள்.

• *சுதேசமித்திரன்,* 11.10.1905, ப. 2.

~~

7

இராஜதானிக் கலாசாலைத் தமிழ் மாணவர் சங்கம், சென்னை

(சென்ற வியாழன் மாலை பிரஸிடென்ஸிக் காலேஜ் வருடாந்த மீட்டிங்கில் படிக்கப்பட்ட அறிக்கை.)

மட்டற்ற மகிழ்வோடு நிருவாக சபையார் சங்கத்தின் இவ்வருடாந்தர அறிக்கையை வெளியிடக் காரியதரிசிகளைக் கேட்டுக் கொண்டபடி, காரியதரிசிகள் நடந்தவற்றைப் பின்வருமாறு வெளியிடுவாராயினர்:

சங்க நோக்கம்: வித்யா சம்பந்தமும் மத சம்பந்தமுமான விஷயங்களிற் கல்வி கேள்விகளால் தேர்ச்சி பெற்ற வித்வத் சிரேஷ்டர்களைக் கொண்டு பிரசங்கம் புரிவிக்கச் செய்வதாலும், சங்க அங்கத்தினர்களை வியாசங்கள் வரைந்து வாசிக்கச் செய்வதாலும், மாணவர்களுக்குத் தமிழ்ச் சுவையை ஊட்டி அவர்களின் தமிழறிவை விருத்தி பண்ணும் கருத்தோடு சங்கம் ஸ்தாபிக்கப்பட்டு நடைபெற்று வருகின்றது.

உபந்நியாச வியாசங்கள்: வாரம் ஒருமுறை கூடப்பெறும். இச்சங்கம் இந்த வருஷத்தில் பிரசங்கங்களுக்காக 14–முறையும், வரவு செலவுக் கணக்குகளை ஒழுங்கு படுத்துவதற்காக 3–முறையும் கூடப்பெற்றது. பிரசங்கங்களுள் பகிரங்கப் பிரசங்கங்கள் மூன்று. அவற்றுள் பண்டிதர் மிஸ்டர் தில்லையம்பூர் வெங்கிட்டராம ஐயங்கார் செய்த 'தமிழ்' என்ற பிரசங்கம் முழுவதும் சென்னையில் பிரசுரமாகும் 'சுதேசி' என்ற பத்திரிகையின் வாயிலாக வெளிவந்து புத்தகரூபமாய் வெளியாகும் தன்மையி லிருக்கிற தென்றும், மிஸ்டர் C. சுப்பிரமணிய பாரதி செய்த "பட்டினத்தடிகள் ஆராய்ச்சி" என்ற பிரசங்கமும், மிஸ்டர் திருமணம் செல்வக் கேசவராய முதலியார் செய்த "காவியம்" என்ற பிரசங்கமும் சீக்கிரத்தில் புத்தகரூபமாய்

வெளியாகு மென்றும் தெரிகிறது. இவ்விஷயம் ஏனைய பேருக்கும் சந்தோஷம் விளைவிக்கும். பிரசங்க ஆரம்பத்திலும் கடைசியிலும் "கடவுள் வாழ்த்துகள்" பாடப்பெற்று வருகின்றன. பிரசங்க கால மொவ்வொன்றிலும் வந்திருந்தவர்களின் தொகை 30–க்குக் குறையாது. சாதாரணப் பிரசங்கங்கள் முடிந்தபின், அங்கத்தினர்கள் விஷயத்தைப்பற்றி விவரித்தோ, ஆமோதித்தோ, ஆக்ஷேபித்தோ ஒவ்வொரு முறையும் பேசுவார்கள். பிரசங்கத்தைப் பற்றிய குறிப்புகள், 'சுதேசமித்திரன்' பத்திரிகையில் வெளியிடப் பெற்றிருக்கின்றன. சங்கத்தார் மேற்குறித்துள்ள கனவான்களுக்கும், அவ்வவ் சமயங்களில் அக்கிராசனம் வகித்தவர்களுக்கும் "சுதேசி" "சுதேசமித்திரன்" பத்திராதிபர்களுக்கும் வந்தனத்தைச் செலுத்தக் கடப்பாடுடையர்.

• *சுதேசமித்திரன்*, 14.10.1905, ப. 3.

~~

8

[மகா மஹோபாத்யாயப் பட்டம் - உற்சாகக் கொண்டாட்ட நிமித்தமாகக் கூட்டம்]

இராஜதானிக் கலாசாலைத் தமிழ் மாணவர் சங்கம்: இன்று மாலை 4–30 மணிக்கு மேற்படிச் சாலையில் தமிழ் வாசித்த பழைய மாணாக்கர்களும், புதிய மாணாக்கர்களும் கலாசாலைப் பிரசங்க மண்டபத்தில் உற்சாகக் கொண்டாட்ட நிமித்தமாகக் கூடுவார்கள். பாட்டுக் கச்சேரி நடக்கும். சிற்றுண்டி வழங்கப்படும். உபாத்தியாயர் உ.வே. சாமிநாத ஐயரவர்களுக்கு கவர்ன்மெண்டார் மகா மஹோபாத்யாயப் பட்டமளித்ததைப்பற்றித் தங்கள் சந்தோஷத்தை வெளியிடுவார்கள். தமிழபிமானிகள் அனைவரும் வந்திருந்து கௌரவப்படுத்தும்படி வேண்டிக் கொள்ளப்படுகிறார்கள்.

• *சுதேசமித்திரன்*, 17.3.1906, ப. 2.

~~

9

இராஜதானிக் கலாசாலைத்
தமிழ் மாணவர் சங்கம்

இராஜதானிக் கலாசாலைத் தமிழ் மாணவர் சங்கம்: நாளை மாலை 4 மணி முதல் இக் கலாசாலை மாளிகையில் *(The Presidency College Upstair Hall)* இச்சங்க வருஷோத்ஸவம் நடைபெறும். அப்பொழுது கூடும் மஹாசபைக்குப் பாலவனத்தம் ஜமீன்தாரும் மதுரைத் தமிழ்ச்சங்கத்து அக்கிராசனாதிபதியுமாகிய இராமநாதபுரம் ஸ்ரீமான் பொ. பாண்டித்துரைசாமித் தேவரவர்கள் அக்கிராசனம் வகிக்க அன்புடன் வாக்களித்திருக்கிறார்கள்.

• சுதேசமித்திரன், 12.10.1906, ப. 2.

~~

10

இராஜதானிக் கலாசாலைத்
தமிழ் மாணவர் சங்கமும்
ஸ்ரீமான் பாண்டித் துரைசாமித் தேவரவர்களுடைய
நல்வரவும்

நாளது வருஷம் அக்டோபர் மாதம் 13-ந் தேதி சனிக்கிழமை மாலை 4-மணிக்கு சரியாக மேற்படி கலாசாலை *(Presidency College Upstairs Hall)* யில் இச்சங்க வருடோற்சவம் நடைபெறும். அச்சமயத்துப் பாலவனத்தம் ஜமீன்தாரும் மதுரைத் தமிழ்ச்சங்க அக்கிராசனாதிபதியுமாகிய ஸ்ரீமான் பாண்டித் துரைசாமித் தேவரவர்கள் அக்கிராசனாதிபத்தியம் வகிப்பதாக அன்புடன் வாக்களித்திருக்கிறார்கள். அவர்கள் எங்களுடைய வேண்டுகோளின்படி இதற்காகவே 8-ந் தேதி திங்கட்கிழமை காலை இம்மாநகர் வந்து சேர்ந்தார்கள். இச்சங்கத் தலைவராகிய பிரம்மஸ்ரீ வே. சாமிநாதையரவர்களும், உபசங்கத் தலைவராகிய பிரம்மஸ்ரீ T.K. அநுமந்த ராயரவர்கள் B.A., L.T. யும் சில அங்கத்தினர்களும் சென்று எதிர்கொண்டு உபசரித்து, அவர்களுக்காக ஏற்படுத்தப்பட்டிருந்த *(Riverside View)* பங்களாவில் அழைத்துக்கொண்டு வந்து சேர்ப்பித்தார்கள்.

வருடோற்சவ காலத்தில் "தமிழ் வசனம்" "ஆக்னஸ் ஜோனஸ்" என்னும் இரண்டு விஷயங்களைப் பற்றிய இனிய நிய...யங்கள் தக்கவர்களால் எழுதிப் படிக்கப்படுவதோடு, பின்னும் சில விஷயங்கள் உபந்நியஸிக்கப் படுவதன்றி, இராமநாதபுர சமஸ்தான சங்கீத வித்வான் மிஸ்டர் சீனிவாசய்யங்கா ரவர்களுடைய பாட்டும் தக்க பக்க வாத்தியங்களுடன் நடைபெறும்.

அச்சமயத்துத் தமிழபிமானிகள் பலரும் தங்கள் அன்பர்களுடன் வந்து விஜயம் செய்து சங்கத்தை கௌரவப் படுத்தும்படி கேட்டுக் கொள்ளப்படுகிறார்கள்.

செக்ரிட்டெரி

• சுதேசமித்திரன், 12.10.1906, ப. 3.

~ ~

11

[தமிழ் மாணவர் சங்க வருஷோற்சவம்]

ராஜதானிக் கலாசாலைத்
தமிழ் மாணவர் சங்கம்

நேற்று சனிக்கிழமை யன்று ராஜதானிக் கலாசாலை மேல் மெத்தையில் நடைபெற்ற தமிழ் மாணவர் சங்க வருஷோற்சவம் வெகு விமரிசையாய் நடைபெற்றது. மதுரைத் தமிழ்ச் சங்கப் பிரெஸிடெண்டும் பாலவனத்தம் ஜமீன்தாருமாகிய மிஸ்டர் பாண்டித்துரைத் தேவர் அவ்வருஷோற்சவக் கொண்டாட்ட சமயத்தில் அக்கிராசனத்தை வகிக்கப் போகிறாரென்று தெரிந்து வெகு பேர் அக்கொண்டாட்டத்தைப் பார்க்க வந்திருந்தார்கள். ஒரு சுமார் 1500 ஜனங்கள் அச்சபைக்கு வந்திருந்தார்களெனலாம். அனேகம் தமிழ்ப் பண்டிதர்கள் வந்திருந்தார்கள். இன்று அவ்வருஷோற்சவக் கொண்டாட்ட நடவடிக்கைகளைப் பற்றிய முழு விவரங்களையும் தெரிவிக்க முடியாமையால் மிஸ்டர் பாண்டித் துரையவர்கள் தமிழின் தொன்மையைப்பற்றியும், தனிமையைப்பற்றியும் பெருமையைப்பற்றியும் பேசியது மிகவும் பாராட்டும்படியாயிருந்ததென்று சொல்வதோடு நிறுத்திக் கொள்ளுகிறோம்.

• சுதேசமித்திரன், 16.10.1906, ப. 2.

~ ~

12

[சங்க வருஷோற்சவக் கொண்டாட்டக் கூட்டம்]

சென்னை இராஜதானிக் கலாசாலைத் தமிழ் மாணவர் சங்கம்

சென்ற சனிக்கிழமை மாலை 4–30 மணிக்கு மேற்படிக் கலாசாலை மாளிகையில் மேற்படி சங்க வருஷோற்சவக் கொண்டாட்டக் கூட்டங் கூடியது. சபையை அலங்கரித்தவர்கள் மிஸ்டர் டன்கன், மிஸஸ் டன்கன், மிஸ்டர் வி. கிருஷ்ணசாமி ஐயர், டாக்டர் கிருஷ்ணசாமி ஐயர், ராவ்பகதூர் எம். இராமசாமிநாயடு, சாமிக்கண்ணுப்பிள்ளை, இராமச்சந்திர ஐயர், வேலுப்பிள்ளை, திவான்பகதூர் இராஜரத்தின முதலியார் இன்னும் பல பிரமுகர்களும், கல்விமான்களும், தமிழ்ப்பண்டிதர்களும். இத்தகைய கல்விமான்களால் அலங்கரிக்கப் பெற்ற சபை இதுவரை நாம் கண்டதே இல்லை. கூடியிருந்த ஜனங்கள் ஆயிரத்துக்குக் குறையாது. மகா மகோபாத்தியாயர் சாமிநாதையர் விசேஷ முயற்சி எடுத்துக்கொண்டபொழுதும், தமிழுக்கு ஊன்றுகோலெனக் கூறத்தகும் பாலவனத்தம் ஜமீன்தாரராகிய மிஸ்டர் பாண்டித்துரைசாமித் தேவர் அக்கிராசனம் வகிக்க இயைந்து வந்துள்ள பொழுதும் சபை பெருநாடாயிருந்ததில் ஆச்சரியப்படத்தகுந்த தொன்றுமில்லை. சபைக்கு சற்று நேரம் பொறுத்து வந்தவர்களை உபசரித்து இடத்திலமர்த்த மிக்க கஷ்டமாயிருந்தது. சங்கத் தலைவராகிய சாமிநாதையரவர்கள், காரியதரிசி இன்னும் சிலரும் சபைத்தலைவரை ஊர்க்கோலமாயழைத்து வர அவர்களிறங்கி யிருந்த ஸ்தலத்துக்குச் சென்றார்கள். அங்கு சாமித்தேவரவர்களுக்கு மாலையணிவித்து அழைத்துக்கொண்டு வந்தார்கள். காலேஜ் வாயிலில் தோரணங்கள் கட்டப்பட்டு அவரை "வருக வருக" என்றழைப்பனபோல காற்றால் அசைந்து கொண்டிருந்தன. அவர் வரவைக் கண்டதும் பாண்ட் வாத்தியங்கள் முழங்கின. பல மாணவர்கள் எதிர்கொண்டழைத்துச் சென்றார்கள்.

கலாசாலை முழுவதும் சாமிநாதய்யரவர்களால் காட்டப்பட்டபின் பிரசங்க மண்டபத்துக்குள் பிரவேசிக்கையில் கரகோஷங்கள் செய்து வந்திருந்தவர்களெல்லாம் தங்கள் சந்தோஷத்தை வெளியிட்டார்கள்.

ஐயரவர்கள் சாமியவர்களை அக்கிராசனம் வகிக்க வேண்டினதற்கிசைந்து ஆசனமமர்ந்த சாமியவர்கள் சபைக்கு வரக்கூடாமலிருக்கிறதைப்பற்றி விசனித்துப் போக்கியிருந்த தந்திகளை வாசித்தார். மகா கனம் பொருந்திய நீதிபதி சுப்பிரமணிய ஐயரவர்கள் எழுதியிருந்தபடி "கவர்ன்மெண்டார் டாக்டர் போப்பவர்களுக்குத் 'தமிழ் அகராதி'யைப் பிரசுரிப்பதில் உதவுவதாகக் கூறியிருக்கும் பண உதவிக்கு இச்சங்கத்தார் மிக்கக் கடப்பாடுடையர்" என்ற பிரேரேபணை எல்லோராலும் அங்கீகரிக்கப்பட்டது. மிஸ்டர் சந்தானம் ஐயங்கார் கடவுள் வாழ்த்து பாடியபின் பாண்டித்துரை வரவைப்பற்றி அனந்தராமைய ரியற்றிய இனிய செய்யுட்கள் வாசிக்கப் பெற்றன. அன்னாராலேயே இயற்றப்பெற்ற சங்கவாழ்த்து செய்யுட்களையும் ஐயங்கா ரவர்கள் வாசித்தார்கள். சங்கக் காரியதரிசி வருடாந்திர ரிபோர்ட்டை வாசித்தார்கள். புத்தகசாலை ஒன்று நியமிக்க முயற்சித்து வருவதாகவும், அதற்கு வித்வான்களும் செல்வவான்களும் உதவி செய்யும்படியாகவும் வேண்டிக்கொண்டார்.

"ஆக்னஸ் ஜோன்ஸ்" என்றவரின் ஜீவிய சரித்திரத்தொரு பாகத்தை மாத்திரம் மிஸ்டர் கே. நடேச ஐயரவர்கள் வாசித்தார்கள். மிக்க நன்றாய்த் தெளிவான நடையில் எழுதப்பட்டிருந்தது. கல்விமான்களால் மிகப் பாராட்டப்பட்டது.

தி. செல்வகேசவராய முதலியாரவர்கள் "தமிழில் வசன நடை" என்ற விஷயமாய் நீண்ட வியாசம் எழுதிக்கொண்டு வந்திருந்தார்கள். அவர்கள் உரத்துப் படிக்க முடியாமையாலும், கூச்சல் கலவரம் அதிகரித்திருந்த படியாலும் திடீரென வியாசத்தை நிறுத்த வேண்டியிருந்தது மிக்க விசனிக்கத்தக்கது.

மிஸ்டர் வி. சாமிநாதையரவர்கள் வித்யாபரிபாலன தர்மத்தைப்பற்றி மிக்க சுருக்கமாய்க் கூறினார்கள். தென்னிந்தியாவில் கல்வியைப் பரவச் செய்த கிறிஸ்தவப் பாதிரியார் டாக்டர் மில்லரவர்கள் வித்யாபரிபாலன தர்மத்தைப் பற்றி வியந்து கூறினார்கள். சாமியவர்கள் தம் ஆயுள் பொருள் முதலியவைகளைத் தமிழுக்கே செலவழித்து வரும் பெருந் தன்மையைப்பற்றியும், உதாரகுணத்தைப் பற்றியும் விரிவாய்ப் பேசினார்கள்.

மிஸ்டர் பாண்டித் துரைசாமியவர்கள் தமிழின் தொன்மையைப்பற்றியும், தனிமையைப்பற்றியும், பெருமையைப் பற்றியும் பிரசங்கமாரி பொழிந்தார்கள். அவர் வாக்கு வல்லமையையும், கல்வித்திறமையையும் அவர் பேச்சைக் கேட்டவர்கள் மிகக் கொண்டாடிப் பாராட்டினார்கள்.

இராமநாதபுரம் சமஸ்தான சங்கீத வித்வான் சீனிவாச ஐயங்காரவர்களின் கானங்களைக் கேட்டுப் பரவசமாகாதவர்க ளிரார்.

சாமியவர்கள் ஐயரவர்களால் மாலை சூடப்பெற்றபின் கரகோஷம் செய்யப்பட்டது. வந்திருந்த சிலருக்கு மாலை போடப்பட்டது. இத்தகைய சபை இதுவரை யிருந்ததில்லை யென்று எல்லாரும் கூறும் வண்ணம் மிக்க நன்றாயிருந்தது. தமிழ்பாஷை நீடூழி வாழ்க! உலகமெலாம் தமிழ்மணம் வீசிப் பரிமளிக்க ஈசன் அருள்புரிவாராக!

ஓர் அங்கி

• சுதேசமித்திரன், 18.10.1906, ப. 3.

13

The Presidency College
Tamil Association
சென்னை இராஜதானிக் கலாசாலைத் தமிழ் மாணவர் சங்கம்

இச்சங்கத்தினின்றும் சென்ற வருடத்து அறிக்கைப் பத்திரம் நமக்கு வந்திருக்கின்றது. பொதுவாகப் பல விஷயங்களிலும் நல்ல அபிவிருத்தி பெற்றும் இச்சங்கத்தாருக்குத் தக்க பணஉதவி செய்யத்தக்க அபிமானிகள் இல்லாது போயினமை விசனிக்கத்தக்க விஷயம். அவர்களின் அறிக்கைப் பத்திரத்திலே பின்வருமாறு கணக்கு பிரசுரிக்கப்பட்டிருக்கின்றது.

வரவு செலவு	ரூபா.	அணா.	பை.
அங்கத்தினரிடமிருந்தும் மற்றவர்களிடமிருந்தும் சந்தாத்தொகையாகவும் நன்கொடையாகவும் கிடைத்த தொகை	75	10	0
சென்ற வருஷத்துச் செலவு	77	10	0

ஆங்கிலங்கற்ற மாணாக்கர்கள் தமிழைக் கவனிப்பதே அருமையாய்ப் போய்விட்ட இக்காலத்தில் பிரெஸிடென்ஸி காலேஜ் மாணாக்கர்கள் தமிழ் விருத்தி விஷயத்தில் செய்துவரும்

பிரயத்தினங்களை இந்நகரத்துச் செல்வர்கள் பலவகையானும் கைதூக்கிவிடக் கடமைப் பட்டிருக்கிறார்.

இவ்வறிக்கையிலே ஸ்ரீமான். பாண்டித்துரைத் தேவரைப் பற்றிய இரண்டு பாடல்களிருக்கின்றன. மற்றொரு முறை இவ்வறிக்கை முழுதும் ஷை பாடல்கள் சகிதமாக நமது பத்திரிகையிலே பிரசுரிக்கப்படும்.

• *இந்தியா*, 10.11.1906, ப. 6.

~~

14

சென்னை இராஜதானிக் கலாசாலைத் தமிழ்ச் சங்கம்

சென்னை இராஜதானிக் கலாசாலைத் தமிழ்ச் சங்கம்: இச்சங்கத்தின் சம்பந்தமாக இம்மாதம் 24–ந் தேதி திங்கட்கிழமை மாலை 5–30 மணிக்கு இராஜதானிக் கலாசாலையில் ஒரு பொதுக் கூட்டம் கூடும்; அப்பொழுது, "பிழைக்கும் வழி"யின் பத்திராதிபராகிய மிஸ்டர், ஜி.ஏ. வைத்திய ராம ஐயரவர்கள், "தமிழின் தற்கால நிலைமை" என்பதைப்பற்றி ஓர் உபந்நியாசம் செய்வார். ஆனரபில் மிஸ்டர் ஜஸ்டிஸ் வி. கிருஷ்ணசாமி ஐயர் அக்கிராசனம் வகிப்பார்.

• *சுதேசமித்திரன்*, 21.10.1910, ப. 5.

~~

15

சென்னை பிரெஸிடென்ஸி காலேஜ் தமிழ்ச் சங்கம்

தமிழின் தற்கால நிலைமை

இச்சங்கத்தின் மீட்டிங் ஒன்று நேற்று மாலை காலேஜ் ஹாலில் நடந்தது. ஆனரபில் ஜஸ்டிஸ் மிஸ்டர் வி. கிருஷ்ணசாமி அய்யர் அக்கிராசனம் வகித்தார். மிஸ்டர் G. A. வைத்தியராமய்யர் "தற்கால தமிழ் நிலைமை"யைப் பற்றி உபந்நியாசித்தார்.

சங்கத்தின் காரியம், அக்காலேஜின் மாணாக்கர்களில் ஒருவராகிய மிஸ்டர் ராஜம் அய்யரால் மனதிற்கினிய

தோத்திரப் பாட்டோடு ஆரம்பிக்கப்பட்டது. பிறகு காரியதரிசி இதற்குமுன் நடந்த சங்கத்தின் மீட்டிங்கின் விஷயக் குறிப்பைப் படித்தார். அக்கிராசனாதிபத்தியம் வகித்த மிஸ்டர் ஜஸ்டிஸ் V. கிருஷ்ணசாமி அய்யர் முதலில் சொன்னதாவது:— தமக்குத் தமிழ்ப் பாஷையில் போதுமான பயிற்சி இல்லாமல் இருந்தும் இப்பாஷையிலுள்ள அன்பினாலும் விஷயத்தின் முக்கியத்தாலும் தாம் அக்கிராசனம் வகிக்க இசைந்ததாகச் சொல்லி இச்சங்கத்தில் தாம் சொல்ல வேண்டியவை அதிகமில்லையென்றும் ஆனால் தமக்கு இச்சங்கத்திலிருந்தும் கற்கவேண்டிய விஷயம் அதிகமிருக்கிறதென்றும் கூறினார்.

மிஸ்டர் வைத்தியராம அய்யர் மற்றவர்களைப்போல கவர்ன்மெண்டு உத்தியோகத்திலும், வக்கீல் தொழிலிலும் பிரவேசிக்காமல் தமக்கு தேகதிடமும் புத்திக்கூர்மையும் ஒத்திருக்கும் வயதிலேயே தமிழ்மீதும் தமிழர்கள் மீதும் உள்ள அபிமானத்தால் ஒரு மாதாந்தப் பத்திரிகை 2 வருஷமாய் நடத்தி வருகிறார். சகல ஜனங்களும் அறிய விரும்புவது பிழைக்கும் வழியே ஆகையால் அதையே தன் பத்திரிகைக்குப் பெயராக அமைத்தார்.

மிஸ்டர் G.A. வைத்தியராமய்யர் B.A. தற்கால தமிழ்ப் பாஷையின் நிலைமைபற்றிச் சுமார் முக்கால் மணி நேரம் பேசினார்.

தமக்குத் தமிழ்ப் பாஷையில் அதிகப் பயிற்சி இல்லாததால் இச்சங்கத்தின்கண் தமிழ்ப் பாஷையில் பேசுவதா அல்லது ஆங்கிலத்தில் பேசுவதா என்று சந்தேகம் உண்டாயிற்றென்றும், தமிழ்ச் சங்கத்தில் தமிழ் விஷயத்தை தமிழில் பேசினால் மட்டும் நன்றாயிருக்குமென்றெண்ணித் தாம் தமிழ்ப் பாஷையில் பேசத் துணிந்ததாகவும், சென்னை ராஜதானியில் தாய்ப்பாஷையாகிய தமிழில் பேசுவது கௌரவக்குறைவு என்று ஆங்கிலம் படித்தவர்கள் எண்ணுகிறார்கள் என்றும், இப்படி இவர்கள் நினைப்பதும் ராஜாங்க நடவடிக்கைகள் ஆங்கிலத்தில் நடப்பதும் தமிழ்ப்பாஷை மலின மடைந்திருப்பதற்குக் காரணங்களாகத் தமக்குத் தோற்றுகிறதென்றும், இந்தியாவில் மற்ற இடங்களில் ஜனங்கள் தங்கள் சுதேச பாஷையை விருத்திசெய்யத் தங்களாலான முயற்சிகளைச் செய்து வருகிறார்களென்றும், அதற்கு உதாரணமாக வடமேற்கு மாகாணத்தில் ஆனரபில் மிஸ்டர் மனமோஹன் மாலவியாவும், மிஸ்டர் சரோதய சந்தர மித்திராவும் ஹிந்தி பாஷையை அபிவிருத்திசெய்து வருகிறாரென்றும், ஜனங்கள் பொதுக்கூட்டம் கூடும்பொழுது அக்கூட்டத்தின் காரியங்களை அவர்கள் சுதேச பாஷையிலேயே நடத்தி வருகிறார்களென்றும், ஆனால் நமது ராஜதானியிலோ தமிழ்ப் பாஷை அபிவிருத்திக்கு வேண்டிய பிரயத்தனங்கள் இதுவரையில் செய்யப்படவில்லை

என்றும், நமது தமிழ்ப் பாஷைகள் மூன்றுவிதமாய் இப்பொழுது பிரிக்கத்தக்கதா யிருக்கிறதென்றும், அதாவது,

(1) தமிழ்ப் பண்டிதர்களின் தமிழ். இது இலக்கண இலக்கியப் பிழையில்லாமலிருந்தும் கடின மாயுள்ளது.

(2) நாடோடித் தமிழ். தமிழோ அல்லவோ என்று சந்தேகப்படும்படி கீழ்வகுப்பார் பேசும் தமிழ்.

(3) ஆங்கிலம் படித்தவர்களின் ஆங்கிலம் கலந்த தமிழ்.

சுலபமான ஒரேவழியான தமிழ்ப்பாஷையை நாம் பேசவும், எழுதவும் ஏற்படுத்திக்கொள்ள வேண்டுமென்றும் தற்காலத்திற் கேற்கத் தமிழ்ப் பாஷையில் போதுமான பதங்களும், எழுத்துக்களும் இல்லாததினால் மற்ற பாஷையிலிருந்து நாம் அவைகளை எடுத்துக்கொள்ள வேண்டுமென்றும், சமஸ்கிருத பாஷையில், இவ்விதமான குறைவு அதிகமில்லாததினால் அந்த பாஷையிலிருந்து சில பதங்களும், எடுத்துக்கொள்ள வேண்டுமென்றும், அப்படியும் போதாமலிருந்தால் புதிதாய் வார்த்தை யுண்டுபண்ணிக்கொள்ள வேண்டுமென்றும், மணிமேகலை என்னும் நூலில் கிரந்த எழுத்துகள் பிரயோகிக்கப்பட்டிருக்கின்றனவென்று மஹோ மஹோ உபாத்தியாயர் வே. சாமினாத அய்யர் சொல்லுகிறாரென்றும், அனேக ஆங்கில பதங்களுக்குத் தமிழில் சரியான பிரதிபதமில்லாததனால், அப்பதங்களையே தமிழ்ப்பாஷையில் பிரயோகிக்கலா மென்றும், சந்தியைப்பற்றி நாம் அதிகமாகக் கஷ்டப்படாமல் நாம் வாக்கியங்களைப் பிரித்தெழுதலாமென்றும், அனேகம் பேருக்கு இடையின ர கரத்திற்கும், வல்லின ற கரத்திற்கும், தன்னகரத்திற்கும் (ந) றன்னகரத்திற்கும் (ன) உள்ள பேதம் தெரியாமல் இன்னும் சந்தேகத்திலேயே இருக்கிறார்களென்றும், அந்த வித்தியாசமில்லாமல் செய்துவிட வேண்டுமென்றும், தமிழ்ப்பாஷையை அபிவிருத்திசெய்ய ஒரு வழி ஏற்படுத்தி அந்த வழியில் அமைந்த எழுத்துக்களையும், நூல்களையும் பிரைமரி டிபார்ட்மெண்டிலிருந்து குழந்தைகளுக்குக் கற்பித்து வரவேண்டுமென்றும், இதற்குச் சென்னை யூனிவர்ஸிடியாரும், கவர்ன்மெண்டாரும் ஒன்று சேர்ந்து தகுந்த யோசனை செய்ய வேண்டுமென்றும் சொல்லித் தனது உபன்னியாசத்தை முடித்தார்.

இவருக்குப்பின் சென்னை கிறிஸ்டியன் காலேஜ் தலைமைத் தமிழ்ப் பண்டிதராகிய ஸ்ரீமான் கா. கோபாலாசாரியார் சொன்னதாவது, தமிழ்ப் பாஷையின் நிலைமை இப்பொழுது அனேகவிதமாயிருக்கிறதென்றும், அதில் ஒரு பாகத்தை மாத்திரம் நமது உபன்னியாசகர் எடுத்துரைத்தாரென்றும், சந்தி விஷயத்தைப்பற்றி உபன்னியாசகர் சொன்னது தமது அபிப்பிராயத்திற்கு விரோதமா யிருக்கிறதென்றும்,

அதற்கு உதாரணம் காட்டியும், ஆனால் தமிழ்ப் பாஷையின் குறைவை நீக்குவதற்காகத் தாம் சுதேசமித்திரனின் உதவிபத்திராதிபராயிருந்தபோது தாமும், ஸ்ரீமான் ஜி. சுப்பிரமணிய அய்யரும் கலந்து ஆங்கில மொழிகளுக்கும், கருத்துகளுக்கும் ஒத்தபடி வடமொழி தென் மொழிகளிலிருந்து பதங்கள் திரட்டியும், வேறு வகையாகவும் தமிழ்ப் பாஷையை விருத்திசெய்யப் பிரயத்தனப்பட்டதாயும், இக்காலத்தில் எழுதப்படும் தமிழ்க் கதைகள் (நாவல்கள்) தமிழ்ப் பாஷைக்கு அதிக துன்பத்தையும், குறைவையும் விளைக்கின்றன என்றும், இக்காலத்தில் பிள்ளைகள் இலக்கணத்தைக் கவனிப்பதேயில்லை என்றும் சொல்லித் தமது உபன்னியாசத்தை முடித்தார்.

பிறகு மஹோ மஹோ உபாத்தியாயர் வே. சாமிநாத அய்யர் எழுந்து பண்டிதர்கள் தமிழ் கடினமாய் இருக்கிறதென்று சொல்பவர்கள் பண்டிதர்களைப் பார்த்துப் பழகாதவர்களென்றும், அவர்கள் தமிழ் எளிதாகவேயிருக்கிறதென்றும், தமிழில் அன்னிய மொழிகள் அவசியமானால் கலப்பதில் குறைவொன்றும் இல்லை என்றும் சங்கப் புலவர்களுக்குச் சமமாகக் கருதத்தக்க குமரகுருபர ஸ்வாமிகள் "சலாம்" என்ற துலுக்குப்பதத்தையும் கம்பர் யுத்தகாண்டத்தில் "அக்கட" என்ற தெலுங்குப் பதத்தையும் உபயோகித்திருக்கிறார்களென்றும், ஜில்லா தாலூகா போன்ற பதங்களுக்கு வேறு தமிழ்மொழிகளைத் தேடுவது வீண் பிரயாசை என்றும் சொல்லி முடித்தார்.

கவர்ன்மெண்டு டிரான்சிலேடர் ஆபீசைச் சேர்ந்த மிஸ்டர் M. குருசாமி அய்யர் இராஜாங்க நடவடிக்கைகள் ஆங்கிலத்தில் நடப்பதால் தமிழ் புறக்கணிக்கப் படுகிறதென்பது தவறென்றும், இந்தியாவில் வேறு பாகங்களில் தேச பாஷாபிமானிகள் பிரயாசப்பட்டு தேசபாஷைகளை விருத்தி செய்துவருகிறார்களென்றும் புரொபசர் P.C. ரே நூதனமாய் எழுதி வெளியிட்டிருக்கும் ஹிந்து ரசாயன சாஸ்திரம் (Hindu Chemistry) என்னும் அரிய நூலில் இக்கால ஆங்கில ரசாயன சாஸ்திரத்தில் பிரயோகமாகும் பதங்களுக்கு ஏற்ற சமஸ்கிருத பதங்களை ஏற்கெனவே அமைத்திருக்கிறார் என்பது வெளியாகிறதென்றும், எளிய நடைத் தமிழ் நெடு நாளாக இருந்து வந்திருக்கிறதென்றும், சில உரைகாரர்கள், கையாளும் நடையை நோக்கித் தமிழில் எளிய நடை இல்லை என்று சொல்லுவது பிசகென்றும் சொன்னார்.

அப்புறம் அக்கிராசனாதிபதி வெகு விரிவாகவும் திறமையுடனும் தமிழ்பாஷையின் நிலைமையைப்பற்றி ½ மணி நேரம் பேசினார். அவர் பேச்சின் சுருக்கம் பின்வருமாறு:-

“பண்டிதர்களுடன் கூடிக் கலந்து யோசித்துச் செய்ய வேண்டிய முயற்சியில் நான் ஆங்கிலத்தில் பேசி ரிபோர்ட்டுகள் பத்திரிகைகளில் பிரசுரிக்கும்படி விடுவது பொருந்தாதென்று கருதித் தமிழில் பேசத் துணிந்துவிட்டேன். நான் இப்போது தமிழ் பாஷையைப்பற்றி வெளியிடப்போகும் அபிப்பிராயங்கள் என் மனதிற்கே முடிவானவை என்று தோற்றுவனவல்ல. ஆகையால் அவற்றை முடிவாகக் கொள்ளக்கூடாது. எனக்குத் தோன்றியவற்றைச்சொல்லி என் முன்னுள்ள தமிழ் அபிமானிகளின் கவலையையும் யோசனையையும் இவ்விஷயத்தில் தூண்டி விடுவதே என் கருத்து. தமிழ் பாஷை விஷயத்தில் யூனிவர்ஸிடியார் நடந்துகொண்டிருக்கும் விதத்தைப்பற்றி மிஸ்டர் வைத்தியராம அய்யர் பேசுவாரென்று நினைத்திருந்தேன். அவர் அப்படியன்றி வேறு வழியில் முழுமையும் பேசிவிட்டார். அவரும், என்னைப்போன்றவர்களும் தமிழை விருத்திசெய்ய வேண்டுமென்று சில வழிகள் எடுத்துச்சொன்னால் அதனால் தமிழைக் குறைவுபடுத்திப் பேசுவதாக நினைக்கக்கூடாது. காலோசிதமாகச் சிலவற்றைச் சேர்த்தும், சிலவற்றைக் கழித்தும் திருத்தம் செய்வதால் பாஷைக்கு குறையொன்று மேற்படாது. இப்படித் திருத்தம் செய்ய முயலுவோர்கள் அப்பாஷையின் அபிமானிகளேயன்றி வேறல்ல. ஆங்கிலத்தில் சில குறைகள் இருக்கின்றனவென்று அங்கீகரித்து அவற்றை நீக்கமுயலும் வெள்ளைக்காரர்களே தம் பாஷையில் மிகுந்த வாஞ்சை வைத்துப் பெருமை பாராட்டிக்கொள்ளுகிறவர்களா யிருக்கிறார்கள். ஆங்கில பாஷையில், ஆங்கிலோ ஸாக்ஸன், நார்மன், பிரெஞ்சு, லாடின், க்ரீக் முதலிய பாஷைகளின் மொழிகள் கலந்திருக்கின்றன. இப்படிக் கலந்திருப்பதால் ஆங்கிலபாஷை குறைவுபடவில்லை. நம்முள் பண்டிதர்களாயுள்ளவர்கள் பாஷைக்கு சரித்திரம் என்பது ஒன்றுண்டென்பதை அறிய வேண்டும். அகஸ்தியர் அருளிய பாஷையாயிற்றே, கம்பர், புகழேந்தி போன்றவர்கள் எடுத்தாண்டதாயிற்றே என்று கருதி, அதில் குறைவிருக்கிற தென்றே ஒத்துக்கொள்ளக்கூடாதென்று நமது பண்டிதர்கள் எண்ணுகிறார்கள். அகஸ்தியர் எக்காலத்தி லிருந்தாரென்று நிர்ணயிக்கப்படாத வரையில் அவரிடத்திலிருந்து தமிழ்ப்பாஷை யுண்டாயிற்றென்று கொள்ளுவதில் எனக்கு ஒரு ஆக்ஷேபமில்லை. ஆங்கிலத்தில் ஒரே உயிரெழுத்து பல சப்தங்களைக் காட்டி நிற்பதுபோல தமிழிலும் இருக்கிறது. தமிழ் மெய் எழுத்துக்களும் ஒவ்வொன்றும் பல விதங்களாய்த் தொனிக்கின்றன. ஒரு தொனிக்கு ஒரு அக்ஷரம் என்ற விதிப்படிப் பார்த்தால் தமிழ் குறைவுற்றதேயாகும். சந்தியிலும் எனக்கு முன் பேசிய பண்டிதர்கள்

எடுத்துக்காட்டியபடி அர்த்தபேதங்களை விளைக்கக்கூடிய சந்தர்ப்பங்களிலன்றி மற்றப்படி கூடியமட்டும் பிரித்தெழுதுவதை அனுசரிப்பதே சௌகரியமானது. "திருப்புகழ்" என்னும் அருமையான கவியைப் பாடச்சொல்லிக் கேட்டிருக்கிறேன். இசையிலும் சுவையிலும் பொருளிலும் மிகவும் சிறந்ததாய் அது இருந்தாலும் அம்மாதிரி பாடுவது அசாத்தியமென்று நினைக்கும்படியிருந்தாலும் பதங்களைப் பிணைத்திருக்கும் வழியைப் பார்த்தால் ஒரு குறித்த எழுத்தை முன்பதத்தோடா, பின்பதத்தோடா கூட்டுவது என்று தெரியாமல் பிரமிக்க வேண்டியிருக்கிறது. என்முன் பேசியவர்கள் இந்தியாவின் வடக்கு பாகங்களில் தேச பாஷைகளை விருத்தியாக்க செய்யப்பட்டுவரும் முயற்சிகளைக் குறித்துப் பேசினார்கள். இந்தியாவிலுள்ள 30 கோடி ஜனங்களில் பாதிப்பேர் வரையில் "நாகர்" அக்ஷரத்தை சம்ஸ்கிரதம், ஹிந்தி, குஜராத்தி, மராட்டி போன்ற பாஷைகளில் உபயோகித்து வருவதால் அந்த நாகர அக்ஷரங்களையே எல்லா பாஷைகளுக்கும் பொதுவாக்கிப் பரப்ப வேண்டுமென்பது அம்முயற்சியின் நோக்கம். இது நியாயமே. ஜனங்களுள் ஒருவரி லொருவரைப் பிரிக்கும் கருவிகளா யிருப்பவற்றைக் குறைப்பது தேசத்தை ஒருமைப்படுத்துவதற்குச் சாதகமாகும். பாஷையானது உள்ள கருத்துக்களை வெளியாக்குவதற்கான கருவியேயன்று ஒளிப்பதற்கானதல்ல. என்னிடம் ஒருகால் ஒரு சம்ஸ்கிருத பண்டிதர் சொன்னது போல பாஷையை எளிதாய் அமைப்பது அதற்குக் கௌரவக்குறைவல்ல. ஆங்கிலத்தில் பாஷை, நடை எவ்வளவு தெளிவாகவும், நேராகவுமிருக்கிறதோ அவ்வளவு அது உயர்த்தி என்று கொள்ளுகிறார்கள். பாஷை என்பது தோன்றிய பிறகே எழுத்துக்கள் அமைகின்றன. கிரந்தத்திலிருந்து தமிழ் வந்ததா அல்லது தமிழிலிருந்து கிரந்தம் வந்ததா என்ற விவாதத்தில் நான் பிரவேசிக்க வில்லை. இரண்டின் அக்ஷரங்களும் ஒரு மாதரி இருப்பதால் தமிழுக்குத் தேவையான சிலவற்றை கிரந்தத்திலிருந்து எடுத்துக் கொள்ளலாம். தமிழ்மொழி வேறு பாஷையின் அக்ஷரத்தில் அமையாதென்று சொல்லுவதற்கில்லை. திருவாய்மொழி முழுமையையும் தமிழ் தெரியாத ஒருவர் தெலுங்கு அக்ஷரத்திலெழுதி ஒப்பிவிப்பதை நான் கேட்டிருக்கிறேன். ஆகவே அக்ஷரங்களையும் பதங்களையும், நடையையும், தக்கப்படி மாற்றி கூட்டி சீர்படுத்தவேண்டியது அவசியம். இத்தொழில் தனித்தனி ஒருவர் செய்வதால் பயன்படாது. ஒருவர் சொன்னதை மற்றொருவர் ஏற்காமலும், அவ்வாறு பொதுவில் அங்கீகரிப்பை அடையாமலும் வீணாய்விடும். இப்போது விளக்கேற்றிப் பார்த்தாலும் யாரென்று தெரியாதவர்கள் எழுதும் நாடகங்களும்,

சில்லரை மனிதர்களும், ஸ்திரீகளும் கைம்பெண்களும் எழுதும் நாவல்களும் தமிழைக் கெடுக்கின்றன; இதை நீக்கும்பொருட்டு ஒருசபை *(Academy)* ஏற்பட வேண்டும். செந்தமிழ்ப் பத்திரிகையும் அதில் கலந்துழைப்போர்களும் மேற்கொண்டிருக்கும் முயற்சியை நான் இழித்துப் பேசவில்லை. நான் மேலே குறித்தபடி தமிழுக்கு சீர்திருத்தத்தைச் செய்வது அவசியமான கடமையாகும். நான் குறிக்கிறபடி சபை ஏற்பட்டால் அச்சபையில் உழைப்புக்கும், காலச்செலவுக்கும் தக்கபடி பிரதிப் பிரயோஜனமான பொருளை அமைக்க வேண்டும். இக்காலத்தில் இதுவே அனேக நன் முயற்சிகளுக்குத் தடையாயிருக்கின்றது. முற்காலத்தில், அரசர்கள் தமிழை ஆதரித்ததுபோல் இப்போது அதற்கு ஆதரிப்பு அமையவில்லை. நாம் கோருகிறபடி ஓர் சங்கம் ஏற்பட்டால் அது செய்ய வேண்டிய காரியங்களும், தற்காலத்திற்கேற்ற கருத்துக்களும், மொழிகளும் தேடித்திரட்டி ஒரு அகராதி வெளியிடவேண்டியது முக்கியமானதாகும். தமிழ்ப்பாஷை வெகுகாலமா யிருந்துவருகிறது. சீக்கிரத்தில் அழியக்கூடியதல்ல. தமிழ்ப் பாஷையின் சிறப்பு அப்பாஷையிற் செய்துள்ள பக்தி பனுவல்களை *(Devotional Poet)* பெரும்பாலும் தழுவியதாயிருக்கிறது. இப்பனுவல்கள் மனதை உருக்குவதுபோல வேறு எப்பாஷையிலும் எப்பாடல்களும் உருக்காவென்று நினைக்கிறேன். இந்த அம்சத்தில் தமிழ் வேறு எப்பாஷைக்கும் எதிர் கொடுக்கக் கூடியதென்று கூசாமல் சொல்லுவேன். இவ்வாறு பேசி அவர் தமது உபந்நியாசத்தை முடித்தார். ஒரு மாணாக்கன் கடவுள் வாழ்த்துப் பாடினார். அதன்பின் மஹோ மஹோ உபாத்தியாயர் வே. சாமிநாத அய்யர் வந்தனமளிக்கச் சபை கலைந்தது.

• சுதேசமித்திரன், 25.10.1910, ப. 5.

16

தமிழ் மாணவர் சங்கம்

தமிழ் மாணவர் சங்கம்: பிரஸிடென்ஸி காலேஜ் தமிழ் மாணவர் சங்கத்தின் வருஷோற்சவம் மேற்கண்ட காலேஜ் ஹாலில், நாளைய தினம் மாலை 4–30 மணிக்குக் கொண்டாடப்படும். அப்பொழுது ஆனரெபில் மிஸ்டர் ஜஸ்டிஸ் P.R. சுந்தர அய்யர் அக்கிராசனம் வகிப்பார். மிஸ்டர் S. சச்சிதானந்தம் பிள்ளை தமிழிலும், மிஸ்டர் P. ராமநாதன் இங்கிலீஷிலும் பேசுவார்கள்.

மிஸ்டர் P. ராமநாதன் தமிழராகையால் தமிழ்ச்சங்கத்தில் அவரும் தமிழிலேயே பேசுவதுதான் விரும்பத்தக்கதாகும்.

[ப–ர்.]

• சுதேசமித்திரன், 21.2.1913, ப. 5.

~~

17

சென்னை பிரெஸிடென்ஸி காலேஜ்
தமிழ்ச் சங்கம்

சென்னை பிரெஸிடென்ஸி காலேஜ் தமிழ்ச் சங்கம்: மேற்கண்ட காலேஜின் லெக்சர் ஹாலில் சென்ற சனிக்கிழமை மாலை 4–30– மணிக்கு ஆனரெபில் மிஸ்டர் ஜஸ்டிஸ் P.R. சுந்தரம் அய்யர் அக்கிராசனத்தின்கீழ் தமிழ் மாணவர் சங்கத்தின் வருஷாந்தரக் கொண்டாட்டம் கொண்டாடப்பட்டது.

அந்தக் காலேஜின் மாணவர் ஒருவரால் கடவுள் வாழ்த்துச் சொல்லப்பட்டது. மைலாப்பூர் P.S. ஹைஸ்கூல் தமிழ்ப்பண்டிதர் சேர்மனுடைய குணாதிசயங்களைப் புகழ்ந்து இயற்றிவந்த செய்யுளை வாசித்தார். சங்கத்தின் வருஷாந்தர ரிப்போர்ட்டு வாசிக்கப்பட்டது. அது பலவற்றிலும் திருப்திகரமாக இருந்தது. தமிழ்ப் பாஷையின் தற்கால நிலைமை, தமிழ் நூல்களின் சிறப்பு இவைகளைப் பற்றி மிஸ்டர் S. சச்சிதாநந்தம் B.A. தமிழில் ஒரு உபந்நியாசஞ் செய்தார். தேச பாஷைகளில் இயற்றப்பட்ட நூல்களின் பெருமையைப் பற்றியும் அவைகளிலும் முக்கியமாய் தமிழ்ப் பாஷையின் பெருமையைப் பற்றியும் மிஸ்டர் P. ராமனாத முதலியார் இங்கிலீஷில் ஒரு உபந்நியாசஞ் செய்தார்.

வேதவதி ஸ்வயம்வரம் என்ற ஒரு நாடகம் காலேஜ் மாணவர்களால் நடிக்கப்பட்டது. இடையிடையே காலேஜ் பெண்கள் வாய்ப்பாட்டுப் பாடினார்கள்.

சேர்மனுடைய பேச்சு

சேர்மென் செய்த நீண்டதோர் உபந்நியாசத்தில், இத் தமிழ்ச் சங்கம் மகா மகோபாத்தியாயரான ஸ்வாமிநாத அய்யரைத் தலைமையாகக் கொண்டது அதற்கு ஒரு பெருமை என்றும், மிஸ்டர் ஸ்வாமிநாத அய்யரைப்போல் தமிழில் சம்பூர்ணவிரபத்தி அடைந்தவர்கள் எவருமே இல்லை என்றும், அவருக்கு மேனாட்டுப் படிப்பில் பயிற்சி யில்லையென்றாலும், தமிழ் நூல்களின் அபிவிருத்திக்காகத் தம் வாழ்நாள் முழுவதையும் அர்ப்பணஞ் செய்து உழைத்து வருகிறார் என்றும், அவர் அச்சங்கத்தின் பிரஸிடெண்டாக இருப்பதினால், அச்சங்கத்து மாணவர்களும், அவர் வழியைப் பின்பற்றி வருவார்கள் என்றும், கவர்ன்மெண்டாரும் இப்பொழுது தேசபாஷைகளின் அபிவிருத்தியைப் பற்றி சிரத்தை எடுத்துக்கொண்டு வருகிறார்கள் என்றும், தமிழ்ப் பாஷை பூர்வீக காலத்தில் நாகரிகத்தையும் நல்ல இலக்கியத்தையும் உடையதா யிருந்ததென்ற பாத்தியதையைப் பாராட்டக் கூடும் என்றும் சாஸ்திர நூல்கள் பலவும் தமிழில் எழுதப்பட்டிருக்கின்றனவென்றும், இவ்வித சிறப்பை அடைந்திருக்கும் தமிழ்ப் பாஷையைக் கைவிடாமல் ஆதரித்து வரவேண்டும் என்றும், சமூகத்தாரின் ஆணவம் அச்சமூகத்தின் பாஷையில் அடங்கிக்கிடக்கிறதென்றும், எந்த ஐரோப்பிய தேசமும் தன் சுய பாஷையையன்றி வேறு பாஷையைத் தன் சுய பாஷையாகக் கொள்ளமாட்டா தென்றும், நவீன நூல்கள் அனைத்தும் தமிழில் மொழிபெயர்க்கப்பட வேண்டும் என்றும், சாஸ்திர அறிவு அவ்வளவையும் தேசத்து ஜனங்கள் தங்கள் தாய்பாஷை மூலமாகவே அறிந்து கொள்ளும்படியாய்ச் செய்ய வேண்டும் என்றும் சொல்லிமுடித்தார்.

• *சுதேசமித்திரன்*, 26.2.1913, ப. 5.

~~

2

பாரதி படத்திறப்பும் உ.வே.சா. சொற்பொழிவும் - அறிவிப்பு

காங்கிரஸ் பொன்விழா
சென்னையில் கொண்டாட்டம்

சென்னை, டிச. 27

சென்னை ஜில்லா காங்கிரஸ் கமிட்டி அக்ராசனர் பின்வருமாறு எழுதுகிறார்:

காலை 6–8 மணி வரை, எல்லா டிவிஷன்களிலும் காங்கிரஸ் பஜனைகள்.

8–30 மணி எல்லா டிவிஷன்களிலும் கொடியேற்று விழா.

காங்கிரஸ் மாளிகையில் ஸ்ரீமான் ஆதிகேசவநாயக்கர் கொடியேற்று விழா நடத்துவார். கொடியேற்று விழாவின்போது பரிசு பெற்ற கொடிப் பாட்டு பாடவேண்டும். 10–12 வரை ஏழைகளுக்கு அன்னமளித்தல்.

பிற்பகலில் எல்லா டிவிஷன்களிலும் தேசீய விளையாட்டுகள். 3 மணிக்கு ஸ்ரீமான் ஸி. ராஜகோபாலாச்சாரி காங்கிரஸ் மாளிகையில் ஸ்ரீ சுப்ரமண்யபாரதி உருவப்படத்தைத் திறந்துவைப்பார். மகாமஹோபாத்யாய டாக்டர் வி. சுவாமினாதய்யர் அப்பொழுது பேசுவார். ஸ்ரீமான் நாகேஸ்வர ராவ் பந்துலு காலஞ்சென்ற ஸ்ரீமான் குமாரசாமியின் படத்தைத் திறந்துவைப்பார்.

3–5 வரை தேசீய கீதக் கச்சேரி. 5 மணிக்கு ஊர்வலம்.

6 மணிக்கு திலகர் கட்டத்தில் ஸ்ரீமான் எஸ். சத்தியமூர்த்தியின் அக்கிராசனத்தின்கீழ் மாபெருங் கூட்டம். ஸ்ரீமான் புஷ்பராஜ், ஸ்ரீமதி ருக்மணி லக்ஷ்மிபதி ஆகியோர் பேசுவார்கள்.

ராயப்பேட்டையில் ஏற்பாடு

ஸ்ரீமான் கெ. சுப்ரமண்யம் பின்வருமாறு எழுதுகிறார்:

ராயப்பேட்டையில் நாளைகாலை 8 மணிக்கு ஊர்வலமும் கொடியேற்று விழாவும் நடக்கும். 11½ வரை ஏழைகளுக்கு

அன்னமளிக்கப்படும். வீடுகளில் ஜனங்கள் தீபாலங்காரம் செய்ய ஏற்பாடுகள் நடக்கின்றன.

மஹாஜன சபை ஏற்பாடு

மேற்படி சபையின் காரியதரிசி பின்வருமாறு எழுதுகிறார்: மேற்படி சபையார் நாளைக்கு நகரில் 5000 குழந்தைகளுக்கு பொன்விழாவை முன்னிட்டு தின்பண்டங்கள் வழங்க ஏற்பாடு செய்திருக்கிறார்கள். இவற்றுடன் தேசீய கீதப் பிரசுரங்களும் வழங்கப்படும். பெரம்பூர், புரசை, சூளை, கோடம்பாக்கம், கோகுலம், திருவல்லிக்கேணி, மயிலை, ராயப்பேட்டை, சௌகார்பேட்டை, த்யாகராய நகர் இவ்விடங்களில் தின்பண்டங்கள் அளிக்கப்படும்.

• சுதேசமித்திரன், 27.12.1935, ப. 4.

~~

பயன்பட்ட நூல்கள், இதழ்கள்

நூல்கள்

அனந்தாச்சாரி, ஆக்கூர், *கவிச்சக்கரவர்த்தி சுப்ரமண்ய பாரதி சரிதம்*, கிட்டப்பா மலர்ப் பிரசுராலயம், செங்கோட்டை, 1936.

கார்த்திகேசு சிவத்தம்பி, மார்க்ஸ், அ., *பாரதி மறைவு முதல் மகாகவி வரை*, நியூ செஞ்சுரி புக் ஹவுஸ் (பி) லிட்., சென்னை, முதற்பதிப்பு: 1995, திருத்தப்பெற்ற பதிப்பு: 2008.

சாமிநாதையர், உ.வே., *நினைவு மஞ்சரி (இரு தொகுதிகள்)*, டாக்டர் உ.வே. சாமிநாதையர் நூல்நிலையம், சென்னை, ஆறாம் பதிப்பு: 2014.

சுப்பிரமணிய பாரதி, சி., *சுதேச கீதங்கள் (முதற்பாகம்)*, வெளியிடுவோர்: செல்லம்மா பாரதி, பாரதி ஆச்ரமம், சென்னை, 1922.

சுயம்பு, பெ. (பதிப்பாசிரியர்), *உ.வே.சா. நாட்குறிப்பு*, செம்மொழித் தமிழாய்வு மத்திய நிறுவனம், சென்னை, முதற்பதிப்பு: 2021.

தூரன், பெ. (தொகுத்துப் பதிப்பித்தது), *பாரதி தமிழ்*, அமுத நிலையம் லிமிடெட், சென்னை, முதற்பதிப்பு: 1953.

பத்மநாபன், ரா.அ., *சித்திர பாரதி*, முதற்பதிப்பு: 1957, காலச்சுவடு முதல் பதிப்பு: 2006.

பத்மநாபன், ரா.அ. (தொகுப்பாசிரியர்), *பாரதி புதையல் பெருந்திரட்டு*, வானதி பதிப்பகம், சென்னை, முதற்பதிப்பு: 1982.

பத்மநாபன், ரா.அ. (தொகுப்பாசிரியர்), *பாரதியைப் பற்றி நண்பர்கள்*, முதற்பதிப்பு: 1982, காலச்சுவடு இரண்டாம் (குறும்) பதிப்பு: 2016.

மணி, பெ.சு., *தமிழ்ப் புலவர் மரபும் பாரதி மரபும்*, பூங்கொடி பதிப்பகம், சென்னை, முதற்பதிப்பு: 1995.

மணிகண்டன், ய. (தொகுப்பு–பதிப்பு–ஆய்வு), *பாரதிதாசன் கவிதைகளில் பாரதியார்*, விழிகள் பதிப்பகம், சென்னை, முதற்பதிப்பு: 2004.

யதுகிரி அம்மாள், *பாரதி நினைவுகள்,* அமுத நிலையம் லிமிடெட், சென்னை, முதற்பதிப்பு: 1954.

ரகுநாதன், *பாரதி: சில பார்வைகள்,* நியூ செஞ்சுரி புக் ஹவுஸ், சென்னை, முதற்பதிப்பு: 1982, இரண்டாம் பதிப்பு: 1990.

விசுவநாதன், சீனி. (பதிப்பாசிரியர்), *கால வரிசையில் பாரதி படைப்புகள் (கால வரிசையில் கண்டறிய வேண்டியவை)* தொகுதி 14, அல்லயன்ஸ், சென்னை, முதற்பதிப்பு: 2015.

விசுவநாதன், சீனி. (பதிப்பு), *கால வரிசையில் பாரதி பாடல்கள்,* சீனி. விசுவநாதன், சென்னை, முதற்பதிப்பு: 2012, மறு அச்சு: 2013.

விசுவநாதன், சீனி., *பாரதி இயல்: அறியப்பட வேண்டிய உண்மைகள்,* சீனி. விசுவநாதன், சென்னை, முதற்பதிப்பு: 2004.

விசுவநாதன், சீனி., *பாரதி நூல்கள்: பதிப்பு வரலாறு,* சீனி. விசுவநாதன், சென்னை, முதற்பதிப்பு: 1989, திருத்தி விரிவாக்கப்பட்ட புதிய பதிப்பு: 2005.

விஸ்வநாத ஐயர், சி., *கவி பிறந்த கதை,* பாலாஜி புத்தக நிலையம், சென்னை, முதற்பதிப்பு: 1985.

வையாபுரிப் பிள்ளை, எஸ்., *தமிழ்ச் சுடர்மணிகள்,* பாரி நிலையம், சென்னை, மூன்றாம் பதிப்பு: 1959.

ஜகந்நாதன், கி.வா., *என் ஆசிரியப்பிரான்,* மகாமகோபாத்தியாய டாக்டர் உ.வே. சாமிநாதையர் நூல்நிலையம், சென்னை, முதற்பதிப்பு: 1983.

ஜகந்நாதன், கி.வா., *இந்திய இலக்கியச் சிற்பிகள்: தமிழ்த் தாத்தா (உ.வே. சாமிநாத ஐயர்),* சாகித்திய அக்காதெமி, புது தில்லி, முதற்பதிப்பு: 2000, ஐந்தாம் பதிப்பு: 2011.

Presidency College, Madras, Centenary Commemoration Book, 1940.

இதழ்கள்

இந்தியா, 4.8.1906, 8.9.1906, 20.10.1906, 10.11.1906, 17.11.1906, 23.2.1907, 7.11.1908.

கலைமகள், ஆகஸ்டு 1939 (பிரமாதி–ஆவணி).

காலச்சுவடு, ஜூன் 2021, ஜூலை 2023.

சக்ரவர்த்தினி, பிப்ரவரி 1906.

சுதேசமித்திரன்,

28.3.1905, 15.4.1905, 29.4.1905, 1.5.1905, 2.5.1905, 3.5.1905, 10.5.1905, 21.8.1905, 26.8.1905, 11.10.1905, 14.10.1905,

17.3.1906, 19.3.1906, 12.10.1906, 16.10.1906, 18.10.1906,

21.10.1910, 25.10.1910,

21.2.1913, 26.2.1913,

9.12.1920,

27.12.1935, 1.1.1936.

செங்கோல், 11.9.1955.

செந்தமிழ், பராபவ-ஐப்பசி (1906 அக்டோபர்).

Bala Bharata, January 1908.

அழைப்பிதழ்கள்

இராஜதானிக் கலாசாலை தமிழ்மாணவர் சங்கச் செயலாளர் அனுப்பிய அழைப்பு மடல், 16.3.1906.

பாண்டித்துரைத் தேவரின் வருகையையொட்டி உ.வே.சா. அனுப்பிய அழைப்பு மடல், 10.10.1906.

~~

ய. மணிகண்டனின் பிற நூல்கள்
[காலச்சுவடு வெளியீடு]

மணிக்கொடி மரபும் பாரதிதாசனும்
(ஆய்வு நூல்)
ரூ. 280

ஓவிய பாரதி
ரூ. 320

தமிழில் யாப்பிலக்கணம்
வரலாறும் வளர்ச்சியும்
(ஆய்வு நூல்)
ரூ. 450

பாரதியின் இறுதிக்காலம்
'கோவில் யானை' சொல்லும் கதை
(ஆய்வு நூல்)
ரூ. 100

பாரதியும் குள்ளச்சாமியும்
(கட்டுரைகள்)
ரூ. 135

பாரதியும் காந்தியும்
(ஆய்வு நூல்)
ரூ. 250

**மணிக்கொடி:
கவிதைகள்**
ரூ. 160

**புதுவைப் புயலும்
பாரதியும்**
காற்றென வந்தது கூற்றம்
ரூ. 125